BED TIME STORIES-5

(GURU ANGAD DEV JI, GURU AMAR DASS JI AND GURU RAM DASS JI)

(ਗੁਰੂ ਅੰਗਦ ਦੇਵ ਜੀ, ਗੁਰੂ ਅਮਰ ਦਾਸ ਜੀ, ਗੁਰੂ ਰਾਮਦਾਸ ਜੀ)

Other books by the same author on religious philosophy and history :

1. Hindu Sikh Sikhia (Panjabi)   ISBN 1 872580 00 9
2. Hindu Sikh Sikhia (Hindi)   ISBN 1 872580 01 7
3. Sach Sunai Si Sach Ki Bela (Panjabi)   ISBN 1 872580 05 X
4. Tales of Truth (English) (Sikh Martyrs)   ISBN 1 872580 06 8
5. Bed Time Stories-1 (Panjabi-English) (Guru Gobind Singh Ji)   ISBN 1 872580 20 3
6. Bed Time Stories-2 (Panjabi-English) (Guru Nanak Dev Ji)   ISBN 1 872580 20 1
7. Bed Time Stories-3 (Panjabi-English) (Guru Arjan Dev Ji)   ISBN 1 872580 22 X
8. Bed Time Stories-4 (Panjabi-English) (Guru Tegh Bahadur Ji)   ISBN 1 872580 23 8
9. Bed Time Stories-5 (Panjabi-English) (Guru Angad Dev Ji,
     Guru Amar Dass Ji and Guru Ram Dass Ji)   ISBN 1 872580 24 6
10. Bed Time Stories-6 (Panjabi-English) (Guru Hargobind Ji,
     Guru Har Rai Ji and Guru Har Krishan Ji)   ISBN 1 872580 25 4
11. Bed Time Stories-7 (Panjabi-English) (Sikh Martyrs)   ISBN 1 872580 26 2

"Bed Time Stories written by Santokh Singh Jagdev in two languages have been quite successful in conveying the message of Guru Nanak to the Western world which includes our children also."

—*The Council of Sikh Gurdwaras in Birmingham, England.*

"Mr. Jagdev has righteously succeeded in his mission to propagate the teachings of Guru Nanak and the Sikh Philosophy through interesting and numerous anecdotes narrated in his books........."

—*Dr. Joginder Singh J.P., Birmingham, England.*

"We highly recommend these books to those who want to learn or teach Sikhism and Sikh Philosophy."

—*Gurdwara Guru Ramdas, Singh Sabha, Birmingham, England.*

BED TIME STORIES-5

(GURU ANGAD DEV JI, GURU AMAR DASS JI AND GURU RAM DASS JI)

(ਗੁਰੂ ਅੰਗਦ ਦੇਵ ਜੀ, ਗੁਰੂ ਅਮਰ ਦਾਸ ਜੀ, ਗੁਰੂ ਰਾਮਦਾਸ ਜੀ)

Santokh Singh Jagdev

SIKH MISSIONARY RESOURCE CENTRE
BIRMINGHAM (ENGLAND)

Bed Time Stories - 5

ISBN 1 872580 24 6

First Edition 1995
Reprint : 2011

Price : Rs. 80-00

Published by :
SIKH MISSIONARY RESOURCE CENTRE
346, Green Lane Rd.,
Small Heath, Birmingham
B95DR, England.
Ph.: 021-772-5365

Distributors :
SINGH BROTHERS
Bazar Mai Sewan, Amritsar.
E-mail : singhbro@vsnl.com

Printers :
PRINTWELL, 146, Industrial Focal Point, Amritsar.

INDEX

Foreword

While reading Bed Time Stories-2, you must have noticed that during the days of Guru Nanak, public was blindly following selfish religious leaders who had only their own interest in view. The people did without questioning, everything that the religious leaders wanted them to do. Animal and human sacrifices were given to please gods of stone. To enjoy the comforts of heaven in the next world people met their death by getting themselves sawed or getting crushed under the wheels of the sacred chariot.

Guru Nanak Dev saw that people performed rituals and followed customs as guided by selfish religious leaders due to ignorance. As long as they are illiterate, the people cannot be brought on the right path. Before illiteracy was removed, it was essential to remove the misconception from the minds of the people that attainment of knowledge was not the sole-right of Brahmins. Brahmin Manu, by dividing society into four castes, had given only Brahmins the right to get education. A long time was necessary to remove this misconception and illiteracy. Before his merger into the Supreme Being, Guru Nanak Dev entrusted this responsibility to one of his disciples, Bhai Lehna.

In Bed Time Stories-5, you will see that as the people gave up false rituals and became the Guru's Sikhs on account of preaching of the Guru's successors, Guru Angad Dev, Guru Amar Dass and Guru Ram Dass, the Brahmins and Qazis were progressively becoming opponents of the Guru's institution.

Listening to complaints by Brahmins and Qazis, the king Jahangir martyred Guru Arjan Dev after inhuman torture, on the 30th May, 1606. Before his departure to Lahore, Guru Arjan Dev had entrusted the responsibility of continuing the preaching of Guru Nanak's thought to his son Hargobind. You will read about his life in Bed Time Stories-6 that how he transformed Sikhs into Saint-Soldiers.

S. S. Jagdev

ਗੁਰੂ ਨਾਨਕ ਦੇਵ ਜੀ ਨਾਲ ਮਿਲਾਪ

ਗੁਰੂ ਅੰਗਦ ਦੇਵ ਜੀ ਦਾ ਜਨਮ 31 ਮਾਰਚ, 1504 ਈਸਵੀ ਨੂੰ ਪਿੰਡ ਮੱਤੇ ਦੀ ਸਰਾਇ, ਭਾਈ ਫੇਰੂ ਮੱਲ ਜੀ ਦੇ ਘਰ ਹੋਇਆ। ਉਨ੍ਹਾਂ ਦਾ ਨਾਂ ਮਾਤਾ ਪਿਤਾ ਨੇ 'ਲਹਿਣਾ' ਰਖਿਆ। ਉਨ੍ਹਾਂ ਦੇ ਪਿਤਾ ਚੰਗੇ ਪੜ੍ਹੇ-ਲਿਖੇ ਸਨ ਤੇ ਫ਼ਿਰੋਜ਼ਪੁਰ ਦੇ ਹਾਕਮ ਦੇ ਖ਼ਜ਼ਾਨਚੀ ਸਨ। ਇਸ ਲਈ ਉਨ੍ਹਾਂ ਹੀ ਲਹਿਣਾ ਜੀ ਨੂੰ ਉੱਚੀ ਵਿਦਿਆ ਦਿੱਤੀ। ਪੰਦਰਾਂ ਸਾਲਾਂ ਦੀ ਉਮਰ ਵਿਚ ਉਨ੍ਹਾਂ ਦੀ ਸ਼ਾਦੀ, ਖਡੂਰ ਪਿੰਡ ਵਿਚ ਬੀਬੀ ਖੀਵੀ ਜੀ ਨਾਲ ਕਰ ਦਿੱਤੀ ਗਈ। ਬਾਬਰ ਦੇ ਹਮਲਿਆਂ ਨਾਲ ਪਿੰਡ ਮੱਤੇ ਦੀ ਸਰਾਇ ਉੱਜੜ ਗਿਆ। ਉਨ੍ਹਾਂ ਦੇ ਪਿਤਾ ਨੇ 1524 ਈਸਵੀ ਵਿਚ ਖਡੂਰ ਜਾ ਕੇ ਇੱਕ ਦੁਕਾਨ ਕਰ ਲਈ।

ਭਾਈ ਫੇਰੂ ਮੱਲ ਜੀ ਵੈਸ਼ਨੋ ਦੇਵੀ ਦੇ ਭਗਤ ਸਨ। ਹਰ ਸਾਲ ਉਹ ਪਿੰਡ ਦੇ ਲੋਕਾਂ ਨੂੰ ਨਾਲ ਲੈ ਕੇ ਵੈਸ਼ਨੋ ਦੇਵੀ ਜਾਂਦੇ ਸਨ। 1526 ਈਸਵੀ ਵਿਚ ਪਿਤਾ ਦੇ ਦੇਹਾਂਤ ਹੋ ਜਾਣ ਪਿੱਛੋਂ, ਸ੍ਰੀ ਲਹਿਣਾ ਜੀ ਨੇ ਪਿੰਡ ਵਾਲਿਆਂ ਨੂੰ ਦੇਵੀ ਦੇ ਲੈ ਕੇ ਜਾਣਾ ਸ਼ੁਰੂ ਕਰ ਦਿੱਤਾ। ਭਾਈ ਜੋਧ, ਖਡੂਰ ਪਿੰਡ ਦੇ ਰਹਿਣ ਵਾਲਾ, ਗੁਰੂ ਨਾਨਕ ਦੇਵ ਜੀ ਦਾ ਸਿੱਖ ਸੀ। 1532 ਈਸਵੀ ਵਿਚ ਸ੍ਰੀ ਲਹਿਣਾ ਜੀ ਨੇ ਭਾਈ ਜੋਧ ਪਾਸੋਂ ਪਹਿਲੀ ਵਾਰੀ ਗੁਰੂ ਨਾਨਕ ਦੇਵ ਜੀ ਦੇ ਸ਼ਬਦ ਸੁਣੇ। ਸ੍ਰੀ ਲਹਿਣਾ ਜੀ ਦੇ ਮਨ ਵਿਚ ਆਪਣੀ ਬੋਲੀ ਵਿਚ ਪਰਮਾਤਮਾ ਦੀ ਸਿਫ਼ਤ ਦੇ ਸ਼ਬਦ ਘਰ ਕਰ ਗਏ। ਉਨ੍ਹਾਂ ਕਰਤਾਰਪੁਰ ਜਾ ਕੇ ਗੁਰੂ ਨਾਨਕ ਦੇਵ ਜੀ ਦੇ ਦਰਸ਼ਨ ਕਰਨ ਦਾ ਫ਼ੈਸਲਾ ਕਰ ਲਿਆ।

ਸ੍ਰੀ ਲਹਿਣਾ ਜੀ, 1532 ਈਸਵੀ ਵਿਚ ਦੇਵੀ ਦੇ ਦਰਸ਼ਨਾਂ ਲਈ ਜਾਂਦੇ ਹੋਏ ਕਰਤਾਰਪੁਰ ਰੁਕੇ। ਉਹ ਆਪਣੇ ਸਾਥੀਆਂ ਨੂੰ ਦੱਸ, ਘੋੜੀ ਉੱਪਰ ਸਵਾਰ ਹੋ ਕੇ ਗੁਰੂ ਨਾਨਕ ਦੇਵ ਜੀ ਦੇ ਦਰਸ਼ਨ ਕਰਨ ਲਈ ਕਰਤਾਰਪੁਰ ਪਿੰਡ ਵੱਲ ਨੂੰ ਚਲ ਪਏ। ਅੱਗੇ ਉਨ੍ਹਾਂ ਨੂੰ ਗੁਰੂ ਨਾਨਕ ਦੇਵ ਜੀ ਖੇਤਾਂ ਤੋਂ ਵਾਪਸ ਆਉਂਦੇ, ਪਿੰਡ ਵੱਲ ਨੂੰ ਜਾਂਦੇ ਮਿਲ ਪਏ। ਸ੍ਰੀ ਲਹਿਣਾ ਜੀ ਨੇ ਉਨ੍ਹਾਂ ਪਾਸੋਂ ਗੁਰੂ ਨਾਨਕ ਦੇਵ ਜੀ ਦੀ ਧਰਮਸਾਲਾ ਦਾ ਰਸਤਾ ਪੁੱਛਿਆ। ਗੁਰੂ ਨਾਨਕ ਦੇਵ ਜੀ ਨੇ ਕਿਹਾ, "ਤੁਸੀਂ ਮੇਰੇ ਪਿੱਛੇ ਪਿੱਛੇ ਆ ਜਾਵੋ। ਮੈਂ ਵੀ ਉਸ ਧਰਮਸਾਲਾ ਵਿਚ ਜਾਣਾ ਹੈ।" ਗੁਰੂ ਨਾਨਕ ਦੇਵ ਜੀ ਨੇ ਧਰਮਸਾਲਾ ਦੇ ਦਰਵਾਜ਼ੇ ਅੱਗੇ ਪੁੱਜ ਕੇ ਸ੍ਰੀ ਲਹਿਣਾ ਜੀ ਨੂੰ ਕਿਹਾ, "ਤੁਸੀਂ ਘੋੜੀ ਇਸ ਕਿੱਲੇ ਨਾਲ ਬੰਨ੍ਹ ਕੇ ਇਸ ਦਰਵਾਜ਼ੇ ਰਾਹੀਂ ਅੰਦਰ ਚਲੇ ਜਾਵੋ।"

ਸ੍ਰੀ ਲਹਿਣਾ ਜੀ ਨੇ ਅੰਦਰ ਜਾ ਕੇ ਦੇਖਿਆ ਕਿ ਧਰਮਸਾਲਾ ਦਾ ਰਸਤਾ ਦਿਖਾਉਣ ਵਾਲਾ ਹੀ ਉਸ ਗੱਦੀ ਉੱਪਰ ਬਿਰਾਜਮਾਨ ਸੀ। ਸ੍ਰੀ ਲਹਿਣਾ ਜੀ ਮੱਥਾ ਟੇਕ ਕੇ ਇੱਕ ਪਾਸੇ ਬੈਠ ਗਏ ਤੇ ਸੋਚਣ ਲੱਗੇ ਕਿ ਮੇਰੀ ਇਹ ਭੁੱਲ ਸੀ ਜੋ ਮੈਂ ਘੋੜੀ ਉੱਪਰ ਅਸਵਾਰ ਸੀ ਤੇ ਗੁਰੂ ਨਾਨਕ ਦੇਵ ਜੀ ਪੈਦਲ ਸਨ। ਇਨ੍ਹਾਂ ਸੋਚਾਂ ਵਿਚ ਡੁੱਬੇ ਹੋਏ ਸ੍ਰੀ ਲਹਿਣਾ ਜੀ ਨੂੰ ਗੁਰੂ ਨਾਨਕ ਦੇਵ ਜੀ ਨੇ ਪੁੱਛਿਆ, "ਭਾਈ ਤੇਰਾ ਨਾਂ ਕੀ ਹੈ?" ਸ੍ਰੀ ਲਹਿਣਾ ਜੀ ਨੇ ਉੱਤਰ ਦਿੱਤਾ, "ਮੇਰਾ ਨਾਂ ਲਹਿਣਾ ਹੈ ਤੇ ਪਿੰਡ ਦੇ ਲੋਕਾਂ ਦਾ ਜਥਾ ਦੇਵੀ ਦੇ ਲੈ ਕੇ ਜਾ ਰਿਹਾ ਹਾਂ।" ਗੁਰੂ ਜੀ ਨੇ ਕਿਹਾ, "ਭਾਈ ਲਹਿਣੇ, ਤੂੰ ਲੈਣਾ ਹੈ ਤੇ ਅਸੀਂ ਦੇਣਾ ਹੈ। ਇਸ ਦੁਨੀਆ ਦੇ ਦੇਵੀ-ਦੇਵਤੇ ਜਿਸ ਪਾਸੋਂ ਲੈ ਕੇ ਦਿੰਦੇ ਹਨ, ਉਸ ਮਾਲਕ ਦੀ ਸੇਵਾ ਕਰਨੀ ਸੋਭਦੀ ਹੈ।" ਸ੍ਰੀ ਲਹਿਣਾ ਜੀ ਨੇ ਗੁਰੂ ਜੀ ਦੇ ਬਚਨ ਸੁਣ ਕੇ ਦੇਵੀ ਦੇ ਦਰਸ਼ਨਾਂ ਦਾ ਖ਼ਿਆਲ ਮਨ ਵਿੱਚੋਂ ਤਿਆਗ ਦਿੱਤਾ। ਉਨ੍ਹਾਂ ਨੇ ਨਾਲ ਆਏ ਜਥੇ ਨੂੰ ਕਹਿ ਦਿੱਤਾ, "ਮੈਨੂੰ ਦੇਵੀ ਦੇ ਜਾਣ ਦੀ ਲੋੜ ਨਹੀਂ ਰਹੀ। ਜੋ ਕੁਝ ਮੈਨੂੰ ਚਾਹੀਦਾ ਸੀ ਮਿਲ ਗਿਆ।"

ਗੁਰੂ ਨਾਨਕ ਦੇਵ ਜੀ ਨਾਲ ਮਿਲਾਪ Meeting with Guru Nanak Dev

Meeting with Guru Nanak Dev

Guru Angad Dev was born on the 31st March, 1504 A.D., at village Matte-di-Sarai. His father's name was Bhai Pheru Mall. He was named 'Lehna' by his parents. His father was well educated and was the treasurer of the governor of Ferozepur at that time. So Bhai Pheru Mall gave Sri Lehna a good education. He was married to Bibi Kheivi in village Khadur when he was fifteen. The village Matte-di-Sarai was destroyed during the invasion of Babar. In 1524 A.D., his father moved to Khadur and opened a shop there.

Bhai Pheru Mall was a devotee of Vaishno Devi. He used to visit the Devi every year, taking the other devotees of his village along with him. After the death of his father in 1526 A.D., Sri Lehna started to lead the villagers to the Devi. Bhai Jodh, a resident of village Khadur was a Sikh (disciple) of Guru Nanak Dev. In 1532 A.D., Sri Lehna heard from him the hymns of Guru Nanak Dev for the first time. Sri Lehna was greatly impressed by the hymns in praise of God in his own language. He decided to go to Kartarpur for an audience with Guru Nanak Dev.

In 1532 A.D., on his next visit to the Devi, Sri Lehna broke his journey at Kartarpur. Having informed his party, he rode towards the village for an audience with Guru Nanak Dev. On his way, he met Guru Nanak Dev who was returning from the fields to the village. Sri Lehna asked him the way to the Dharamsala (inn) where Guru Nanak Dev held the meetings. Guru Nanak Dev said, "Please follow me. I am also going there." When they reached the door of the Dharamsala, Guru Nanak Dev said to Sri Lehna, "Please fasten your mare to that stake and go in through that door."

On entering, Sri Lehna saw that the one who had shown him the way, adorned the seat of the preceptor. Sri Lehna paid obeisance and sat on one side thinking, "It was my fault that I was riding and the Guru was walking." While he was still engrossed in these thoughts, Guru Nanak Dev asked him, "Brother, what is your name ?" Sri Lehna replied, "My name is Lehna and I am leading the party of my villagers to the Devi." The Guru said, "Brother Lehna, you are to take (Laina in Panjabi) and I am to give (Dena). It is better to serve that Lord from whom the gods and goddesses of this world beg to fulfil the demands of their devotees." On hearing these words from the Guru, Sri Lehna gave up the visit to the Devi. He told his villagers, "I no longer need to go to the goddess. I have found all that I want."

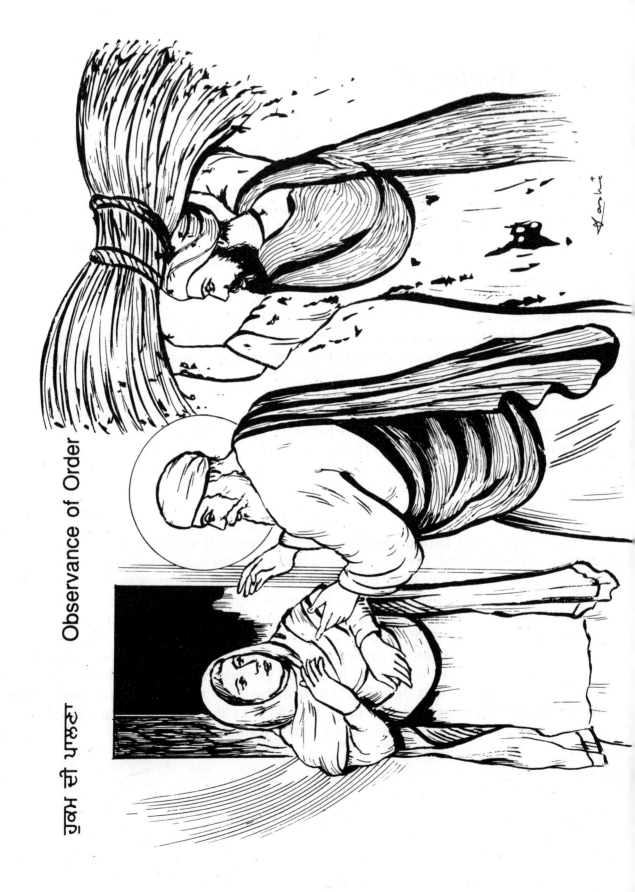

ਹੁਕਮ ਦੀ ਪਾਲਣਾ   Observance of Order

ਹੁਕਮ ਦੀ ਪਾਲਣਾ

ਸ੍ਰੀ ਲਹਿਣਾ ਜੀ, ਗੁਰੂ ਨਾਨਕ ਦੇਵ ਜੀ ਦੇ ਬਚਨ ਮੰਨ ਕੇ, ਦੇਵੀ ਦੇ ਦਰਸ਼ਨਾਂ ਨੂੰ ਜਾਣਾ ਤਿਆਗ ਕੇ, ਕਰਤਾਰਪੁਰ ਕੀਰਤਨ ਦਾ ਅਨੰਦ ਮਾਣਨ ਲੱਗੇ। ਚਾਰ ਦਿਨਾਂ ਪਿੱਛੋਂ ਗੁਰੂ ਜੀ ਨੇ ਸ੍ਰੀ ਲਹਿਣਾ ਜੀ ਨੂੰ ਕਿਹਾ, "ਹੁਣ ਤੁਸੀਂ ਆਪਣੇ ਘਰ ਵਾਲਿਆਂ ਨੂੰ ਜਾ ਕੇ ਦੱਸ ਆਵੋ।" ਗੁਰੂ ਦੇ ਹੁਕਮ ਦੀ ਪਾਲਣਾ ਕਰਦੇ ਹੋਏ ਉਹ ਖਡੂਰ ਵਾਪਸ ਚਲੇ ਗਏ। ਉਨ੍ਹਾਂ ਆਪਣੀ ਦੁਕਾਨ ਦਾ ਕੰਮ ਆਪਣੇ ਵੱਡੇ ਪੁੱਤਰ ਦਾਸੂ ਨੂੰ ਸੌਂਪ ਦਿੱਤਾ। ਕੁਝ ਦਿਨਾਂ ਪਿੱਛੋਂ, ਮਾਤਾ ਖੀਵੀ ਜੀ ਨੂੰ ਦੱਸ, ਸ੍ਰੀ ਲਹਿਣਾ ਜੀ ਸਿਰ ਉੱਪਰ ਇੱਕ ਲੂਣ ਦੀ ਪੰਡ ਰਖ ਕੇ ਕਰਤਾਰਪੁਰ ਨੂੰ ਚੱਲਣ ਲਗੇ ਤਾਂ ਮਾਤਾ ਖੀਵੀ ਜੀ ਨੇ ਉਨ੍ਹਾਂ ਨੂੰ ਕਿਹਾ, "ਤੁਸੀਂ ਕਿਸੇ ਕਾਮੇ ਨੂੰ ਕਹੋ ਕਿ ਉਹ ਲੂਣ ਦੀ ਪੰਡ ਕਰਤਾਰਪੁਰ ਛੱਡ ਆਵੇ।" ਅੱਗੋਂ ਸ੍ਰੀ ਲਹਿਣਾ ਜੀ ਨੇ ਉੱਤਰ ਦਿੱਤਾ, "ਕਾਮੇ ਪਾਸੋਂ ਕੰਮ ਤਾਂ ਕਰਵਾਇਆ ਜਾ ਸਕਦਾ ਹੈ, ਪਰ ਸੇਵਾ ਨਹੀਂ ਕਰਵਾਈ ਜਾ ਸਕਦੀ।"

ਸ੍ਰੀ ਲਹਿਣਾ ਜੀ ਨੇ ਕਰਤਾਰਪੁਰ ਪੁੱਜ ਕੇ ਲੂਣ ਦੀ ਪੰਡ ਘਰ ਰਖੀ ਤੇ ਗੁਰੂ ਜੀ ਪਾਸ ਖੇਤਾਂ ਵਿਚ ਚਲੇ ਗਏ, ਜਿੱਥੇ ਗੁਰੂ ਜੀ ਝੋਨੇ ਦੇ ਖੇਤਾਂ ਵਿੱਚੋਂ ਨਦੀਨ ਕਢਵਾ ਰਹੇ ਸਨ। ਗੁਰੂ ਜੀ ਨੇ ਸ੍ਰੀ ਲਹਿਣਾ ਜੀ ਦੇ ਸਿਰ ਉੱਪਰ ਇੱਕ ਨਦੀਨ ਦੀ ਪੰਡ ਰਖ ਕੇ ਕਿਹਾ, "ਇਹ ਪੰਡ ਘਰ ਲੈ ਚਲੋ।" ਉਸ ਨਦੀਨ ਦੀ ਪੰਡ ਵਿੱਚੋਂ ਚਿੱਕੜ ਨੁੱਚੜ ਰਿਹਾ ਸੀ, ਜਿਸ ਨਾਲ ਸ੍ਰੀ ਲਹਿਣਾ ਜੀ ਦੇ ਨਵੇਂ ਕੱਪੜੇ ਗੰਦੇ ਹੋ ਗਏ। ਘਰ ਪੁੱਜਣ ਉੱਪਰ ਮਾਤਾ ਸੁਲੱਖਣੀ ਜੀ ਨੇ ਸ੍ਰੀ ਲਹਿਣਾ ਜੀ ਦੇ ਗੰਦੇ ਕੱਪੜਿਆਂ ਵੱਲ ਇਸ਼ਾਰਾ ਕਰ ਕੇ ਕਿਹਾ, "ਤੁਸੀਂ ਇਸ ਭਲੇ ਪੁਰਸ਼ ਦੇ ਸਿਰ ਉੱਪਰ ਨਦੀਨ ਦੀ ਪੰਡ ਚੁਕਵਾ ਕੇ ਸਾਰੇ ਕੱਪੜੇ ਗੰਦੇ ਕਰ ਦਿੱਤੇ ਹਨ। ਕਿਸੇ ਕਾਮੇ ਪਾਸੋਂ ਨਦੀਨ ਘਰ ਭਿਜਵਾ ਦੇਣਾ ਸੀ।" ਗੁਰੂ ਜੀ ਨੇ ਕਿਹਾ, "ਮੈਂ ਇਨ੍ਹਾਂ ਦੇ ਸਿਰ ਉੱਪਰ ਭੁੱਲੀ ਹੋਈ ਲੁਕਾਈ ਨੂੰ ਸੱਚਾ ਮਾਰਗ ਦਿਖਾਉਣ ਦੀ ਪੰਡ ਰਖੀ ਹੈ। ਇਨ੍ਹਾਂ ਦੇ ਜਾਮੇ ਉੱਪਰ ਕੇਸਰ ਛਿੜਕਿਆ ਹੋਇਆ ਹੈ।" ਮਾਤਾ ਸੁਲੱਖਣੀ ਜੀ ਨੇ ਜਦੋਂ ਧਿਆਨ ਨਾਲ ਸ੍ਰੀ ਲਹਿਣਾ ਜੀ ਦੇ ਕੱਪੜਿਆਂ ਨੂੰ ਦੇਖਿਆ ਤਾਂ ਉਸ ਨੂੰ ਕੇਸਰ ਹੀ ਨਜ਼ਰ ਆਇਆ।

ਗੁਰੂ ਜੀ ਨੇ ਸ੍ਰੀ ਲਹਿਣਾ ਜੀ ਦੇ ਮਨ ਵਿੱਚੋਂ ਜਾਤ-ਪਾਤ ਤੇ ਉਚ-ਨੀਚ ਦਾ ਭੇਦ ਭਾਵ ਦੂਰ ਕਰਨ ਲਈ ਉਨ੍ਹਾਂ ਨੂੰ ਇੱਕ ਦਿਨ ਇੱਕ ਮਰੀ ਹੋਈ ਚੂਹੀ ਬਾਹਰ ਸੁੱਟਣ ਲਈ ਕਿਹਾ। ਸ੍ਰੀ ਲਹਿਣਾ ਜੀ ਹੁਕਮ ਸੁਣਦੇ ਸਾਰ ਚੂਹੀ ਬਾਹਰ ਸੁੱਟਣ ਆਏ। ਇੱਕ ਦਿਨ ਇਸ਼ਨਾਨ ਕਰ ਕੇ ਵਾਪਸ ਆਉਂਦੇ ਹੋਏ, ਗੁਰੂ ਜੀ ਨੇ ਹੱਥ ਵਾਲਾ ਕਟੋਰਾ ਗੰਦੇ ਪਾਣੀ ਵਿਚ ਸੁੱਟ ਦਿੱਤਾ। ਸ੍ਰੀ ਲਹਿਣਾ ਜੀ ਨੇ ਕਟੋਰਾ ਕੱਢ ਕੇ ਗੁਰੂ ਜੀ ਨੂੰ ਦੇ ਦਿੱਤਾ। ਉਨ੍ਹਾਂ ਦਿਨਾਂ ਵਿਚ ਮੁਰਦਾਰਾਂ ਨੂੰ ਸੁੱਟਣਾ ਜਾਂ ਗੰਦੇ ਪਾਣੀ ਵਿਚ ਜਾਣਾ ਗ਼ਰੀਬ ਸ਼ੂਦਰਾਂ ਦਾ ਕੰਮ ਗਿਣਿਆ ਜਾਂਦਾ ਸੀ।

ਇੱਕ ਦਿਨ ਗੁਰੂ ਜੀ ਨੇ ਇੱਕ ਸੋਟਾ ਹੱਥ ਵਿਚ ਲਿਆ ਤੇ ਜੰਗਲ ਵੱਲ ਨੂੰ ਚੱਲ ਪਏ। ਜਿਹੜਾ ਵੀ ਉਨ੍ਹਾਂ ਦੇ ਪਿੱਛੇ ਜਾਵੇ, ਉਨ੍ਹਾਂ ਦੇ ਉਹ ਸੋਟਾ ਮਾਰਨ। ਸ੍ਰੀ ਲਹਿਣਾ ਜੀ ਤੋਂ ਬਿਨਾਂ ਸਾਰੇ ਕੁੱਟ ਤੋਂ ਡਰਦੇ ਵਾਪਸ ਮੁੜ ਗਏ। ਸ੍ਰੀ ਲਹਿਣਾ ਜੀ ਨੂੰ ਪਿੱਛੇ ਆਉਂਦਾ ਵੇਖ ਗੁਰੂ ਜੀ ਨੇ ਉਨ੍ਹਾਂ ਨੂੰ ਪੁੱਛਿਆ, "ਤੁਸੀਂ ਕਿਉਂ ਨਹੀਂ ਵਾਪਸ ਜਾਂਦੇ, ਜਦੋਂ ਕਿ ਬਾਕੀ ਸਾਰੇ ਮੁੜ ਗਏ ਹਨ?" ਸ੍ਰੀ ਲਹਿਣਾ ਜੀ ਨੇ ਉੱਤਰ ਦਿੱਤਾ, "ਮੇਰਾ ਆਪ ਤੋਂ ਬਿਨਾਂ ਹੋਰ ਕੋਈ ਟਿਕਾਣਾ ਨਹੀਂ। ਉਨ੍ਹਾਂ ਦੇ ਟਿਕਾਣੇ ਸਨ ਉਹ ਵਾਪਸ ਚਲੇ ਗਏ।" ਗੁਰੂ ਜੀ ਨੇ ਕਿਹਾ, "ਤੇਰੇ ਮੇਰੇ ਵਿਚ ਕੋਈ ਭੇਦ ਨਹੀਂ ਰਿਹਾ। ਤੂੰ ਮੇਰਾ ਅੰਗ ਹੋ ਗਿਆ ਹੈਂ।"

Observance of Order

Obeying the word of Guru Nanak Dev, Sri Lehna gave up the visit to Vaishno Devi and became engrossed in the bliss of recitation at Kartarpur. After four days, the Guru asked Sri Lehna, "Please go home and inform your family, then you can come back." Bowing to the command of the Guru he returned to Khadur. He entrusted the work of his shop to his eldest son Dasu. After some days, Sri Lehna informed Mother Kheivi, his wife, and started for Kartarpur with a bundle of salt on his head. Mother Kheivi said to him, "Please ask some labourer to carry the bundle of salt to Kartarpur." Sri Lehna replied, "One can get the work done from a labourer but the service is only performed by himself."

On reaching Kartarpur, Sri Lehna left the bundle of salt home and went to the fields where the Guru was supervising the work. The Guru was getting weeds removed from the rice fields. The Guru placed a bundle of weeds on Sri Lehna's head and said, "Take it home to the village." Slush was dripping out of the bundle of weeds and Sri Lehna's new clothes were soiled. On reaching home, Mother Sulakhani pointed to the soiled clothes of Sri Lehna and said, "You have spoiled the clothes of this gentleman by making him carry the bundle on his head. You should have sent the weed through some labourer." The Guru said, "I have placed on his head the bundle, showing the path of truth to the people gone astray. It is not slush but saffron that has been sprayed on his garments." When Mother Sulakhani observed his garments again, she beheld saffron.

To remove the difference in feeling, due to caste and social status from the mind of Sri Lehna, one day the Guru asked him to throw out a dead rat. Immediately, on hearing the command, Sri Lehna threw the rat out. On another day, while returning after bathing, the Guru threw the mug he was carrying, in dirty water. Sri Lehna took it out and handed it over to the Guru. In those days, the job of throwing away the dead or entering in the dirty water was thought to be the work of the poor and out-casts.

One day the Guru took a heavy stick in his hand and walked towards the forest. He hit everyone who tried to follow him. All except Sri Lehna turned back for fear of being beaten. When Sri Lehna kept on following, the Guru asked him, "Why are you not going back when all others have returned ?" Sri Lehna replied, "I have no one to rely upon except you. They have their shelters so they have gone back." The Guru said, "Now there is no difference between you and me. You have become part of me."

ਨਾਮ ਦੀ ਮਹਿਮਾ

ਗੁਰੂ ਨਾਨਕ ਦੇਵ ਜੀ ਨੇ 2 ਸਤੰਬਰ, 1539 ਈਸਵੀ ਨੂੰ ਆਪਣੇ ਸੇਵਕ ਲਹਿਣਾ ਜੀ ਨੂੰ, ਅੰਗਦ, ਆਪਣਾ ਅੰਗ ਬਣਾ ਕੇ ਉਨ੍ਹਾਂ ਅੱਗੇ ਮੱਥਾ ਟੇਕ ਦਿੱਤਾ ਤੇ ਬਾਕੀ ਸਾਰੀ ਸੰਗਤ ਨੂੰ ਵੀ ਗੁਰੂ ਅੰਗਦ ਦੇਵ ਜੀ ਅੱਗੇ ਸਿਰ ਨਿਵਾਉਣ ਲਈ ਆਗਿਆ ਕੀਤੀ। ਇਸ ਤਰ੍ਹਾਂ ਗੁਰੂ ਨਾਨਕ ਦੇਵ ਜੀ ਨੇ ਆਪਣੇ ਸਿੱਖ ਨੂੰ ਗੁਰਗੱਦੀ ਦੀ ਜ਼ਿੰਮੇਵਾਰੀ ਤੇ ਨਾਲ ਹੀ ਆਪਣੀ ਰਚੀ ਹੋਈ ਬਾਣੀ ਤੇ ਹੋਰ ਭਗਤਾਂ ਦੀ ਇਕੱਠੀ ਕੀਤੀ ਬਾਣੀ ਦੀ ਪੋਥੀ ਸੌਂਪ ਦਿੱਤੀ। ਗੁਰੂ ਅੰਗਦ ਦੇਵ ਜੀ ਨੂੰ ਖਡੂਰ ਵਾਪਸ ਜਾ ਕੇ ਸਿੱਖੀ ਦਾ ਪ੍ਰਚਾਰ ਕਰਨ ਦਾ ਹੁਕਮ ਕਰ ਦਿੱਤਾ ਕਿਉਂਕਿ ਉਸ ਇਲਾਕੇ ਦੇ ਪੇਂਡੂ, ਲਾਲਚ ਵਿਚ ਫਸ ਕੇ ਜਾਂ ਡਰ ਦੇ ਮਾਰੇ ਹਿੰਦੂ ਧਰਮ ਤਿਆਗ ਕੇ ਮੁਸਲਮਾਨ ਬਣੀ ਜਾ ਰਹੇ ਸਨ।

ਗੁਰੂ ਅੰਗਦ ਦੇਵ ਜੀ ਕਿਸੇ ਨੂੰ ਦੱਸੇ ਬਿਨਾਂ ਆਪਣੀ ਭੂਆ ਪਾਸ ਖਡੂਰ ਚਲੇ ਗਏ। ਕੁਝ ਮਹੀਨੇ ਉਨ੍ਹਾਂ ਨੇ ਨਾ ਕੋਈ ਦੀਵਾਨ ਲਗਾਇਆ ਤੇ ਨਾ ਹੀ ਕੋਈ ਸਤਿਸੰਗ ਕੀਤਾ। ਸਿੱਖ ਸੰਗਤ ਗੁਰੂ ਦੇ ਦਰਸ਼ਨਾਂ ਲਈ ਕਰਤਾਰਪੁਰ ਆਉਂਦੀ, ਪਰ ਗੁਰੂ ਦੇ ਦਰਸ਼ਨ ਨਾ ਹੋਣ ਉੱਪਰ ਬੜੀ ਨਿਰਾਸ ਹੋ ਕੇ ਵਾਪਸ ਪਰਤ ਜਾਂਦੀ। ਛੇ ਮਹੀਨੇ ਇਸੇ ਤਰ੍ਹਾਂ ਹੀ ਗੁਜ਼ਰ ਗਏ। ਸਤਿਗੁਰੂ ਦੇ ਦਰਸ਼ਨ ਨਾ ਹੋਣ ਕਾਰਨ ਸੰਗਤਾਂ ਵਿਚ ਬੇਚੈਨੀ ਬਹੁਤ ਵਧ ਗਈ। ਸਿੱਖਾਂ ਨੇ ਬਾਬਾ ਬੁੱਢਾ ਜੀ ਪਾਸ ਜਾ ਕੇ ਗੁਰੂ ਜੀ ਨੂੰ ਪ੍ਰਗਟ ਕਰਨ ਦੀ ਬੇਨਤੀ ਕੀਤੀ। ਬਾਬਾ ਬੁੱਢਾ ਜੀ ਸਿੱਖਾਂ ਨੂੰ ਨਾਲ ਲੈ ਕੇ ਖਡੂਰ ਪੁੱਜ ਗਏ।

ਮਾਈ ਭਰਾਈ ਨੇ ਜਦੋਂ ਬਾਬਾ ਬੁੱਢਾ ਜੀ ਤੇ ਹੋਰ ਸਿੱਖਾਂ ਨੂੰ ਆਉਂਦੇ ਦੇਖਿਆ ਤਾਂ ਉਹ ਉਨ੍ਹਾਂ ਨੂੰ ਰਸਤੇ ਵਿਚ ਜਾ ਮਿਲੀ। ਬਾਬਾ ਬੁੱਢਾ ਜੀ ਨੇ ਮਾਈ ਭਰਾਈ ਨੂੰ ਗੁਰੂ ਅੰਗਦ ਦੇਵ ਜੀ ਬਾਰੇ ਪੁੱਛਿਆ ਤਾਂ ਉਹ ਅੱਗੋਂ ਚੁੱਪ ਕਰ ਰਹੀ। ਬਾਬਾ ਬੁੱਢਾ ਜੀ ਸਮਝ ਗਏ ਕਿ ਗੁਰੂ ਜੀ ਉਸਦੇ ਘਰ ਸਨ। ਉਨ੍ਹਾਂ ਮਾਈ ਭਰਾਈ ਦੇ ਘਰ ਪੁੱਜ ਕੇ ਸ਼ਬਦ ਕੀਰਤਨ ਸ਼ੁਰੂ ਕਰ ਦਿੱਤਾ। ਸ਼ਬਦ ਦੀ ਅਵਾਜ਼ ਸੁਣ ਕੇ ਗੁਰੂ ਜੀ ਅੰਦਰ ਛੁਪ ਕੇ ਨਾ ਬੈਠ ਸਕੇ। ਉਹ ਉਠ ਕੇ ਬਾਹਰ ਆ ਗਏ ਤੇ ਸੰਗਤਾਂ ਦਰਸ਼ਨ ਕਰ ਕੇ ਨਿਹਾਲ ਹੋ ਗਈਆਂ। ਬਾਬਾ ਬੁੱਢਾ ਜੀ ਨੇ ਬੇਨਤੀ ਕੀਤੀ, "ਆਪ ਦੇ ਇਸ ਤਰ੍ਹਾਂ ਛੁਪ ਕੇ ਬੈਠਣ ਨਾਲ ਸੰਗਤਾਂ ਨੂੰ ਰਾਹ ਦਿਖਾਉਣ ਵਾਲਾ ਕੋਈ ਹੋਰ ਨਜ਼ਰ ਨਹੀਂ ਆਉਂਦਾ। ਇਸ ਤਰ੍ਹਾਂ ਉਹ ਵਿਆਕੁਲ ਹੁੰਦੀਆਂ ਜਾਂਦੀਆਂ ਹਨ। ਆਪ ਸੰਗਤਾਂ ਨੂੰ ਦਰਸ਼ਨ ਦੇਵੋ ਤੇ ਉਪਦੇਸ਼ ਦੇ ਕੇ ਉਨ੍ਹਾਂ ਨੂੰ ਸਿੱਧੇ ਰਸਤੇ ਪਾਉ।"

ਗੁਰੂ ਅੰਗਦ ਦੇਵ ਜੀ ਨੇ ਬਾਬਾ ਬੁੱਢਾ ਜੀ ਦੀ ਬੇਨਤੀ ਪ੍ਰਵਾਨ ਕਰ ਕੇ, ਖਡੂਰ ਤੇ ਸੰਘਰ ਪਿੰਡਾਂ ਦੇ ਵਿਚਾਲੇ ਇਕ ਉੱਚੀ ਥਾਂ ਦੇਖ ਕੇ ਡੇਰਾ ਕਰ ਲਿਆ। ਉਸ ਥਾਂ ਸੰਗਤਾਂ ਦਰਸ਼ਨਾਂ ਲਈ ਜੁੜਨ ਲੱਗੀਆਂ। ਸਵੇਰ ਤੇ ਸ਼ਾਮ ਦੇ ਦੀਵਾਨ ਤੇ ਕੀਰਤਨ ਹੋਣ ਲੱਗੇ। ਅਤੁੱਟ ਲੰਗਰ ਵਰਤਣ ਲੱਗਿਆ। ਗੁਰੂ ਜੀ ਨੇ ਅੰਮ੍ਰਿਤ ਵੇਲੇ ਦੇ ਦੀਵਾਨ ਦੀ ਸਮਾਪਤੀ ਪਿੱਛੋਂ ਆਸ ਪਾਸ ਦੇ ਪਿੰਡਾਂ ਦੇ ਬੱਚਿਆਂ ਨੂੰ ਪੜ੍ਹਾਉਣਾ ਸ਼ੁਰੂ ਕਰ ਦਿੱਤਾ। ਉਨ੍ਹਾਂ ਨੂੰ ਆਪਣੇ ਹੱਥੀਂ ਕਾਇਦੇ ਲਿਖ ਕੇ ਦਿੰਦੇ, ਕਿਉਂਕਿ ਉਨ੍ਹਾਂ ਦਿਨਾਂ ਵਿਚ ਛਾਪੇਖ਼ਾਨੇ ਆਮ ਨਹੀਂ ਸਨ, ਲੋਕੀਂ ਹੱਥਾਂ ਨਾਲ ਹੀ ਲਿਖਦੇ ਸਨ। ਤੀਜੇ ਪਹਿਰ ਦੇ ਦੀਵਾਨ ਤੋਂ ਪਹਿਲਾਂ, ਸੰਗਤਾਂ ਦੇ ਮਨ-ਪਰਚਾਵੇ ਤੇ ਸਰੀਰਕ ਤੰਦਰੁਸਤੀ ਲਈ ਕੁਸ਼ਤੀਆਂ ਕਰਵਾਉਂਦੇ ਤੇ ਹੋਰ ਖੇਡਾਂ ਖਿਡਾਉਂਦੇ। ਹਰ ਇੱਕ ਨੂੰ ਹੱਥੀਂ ਸੇਵਾ ਕਰਨ ਦਾ ਤੇ ਕਿਰਤ ਕਰਨ ਦਾ ਸਬਕ ਦਿੰਦੇ। ਆਪ ਸਾਰਾ ਦਿਨ ਵਾਣ ਵੱਟਦੇ ਰਹਿੰਦੇ। ਆਈ ਸੰਗਤ ਦੀਆਂ ਤਕਲੀਫ਼ਾਂ ਸੁਣਦੇ ਤੇ ਦੂਰ ਕਰਨ ਦੀ ਕੋਸ਼ਿਸ਼ ਕਰਦੇ।

ਨਾਮ ਦੀ ਮਹਿਮਾ

Greatness of God's Word

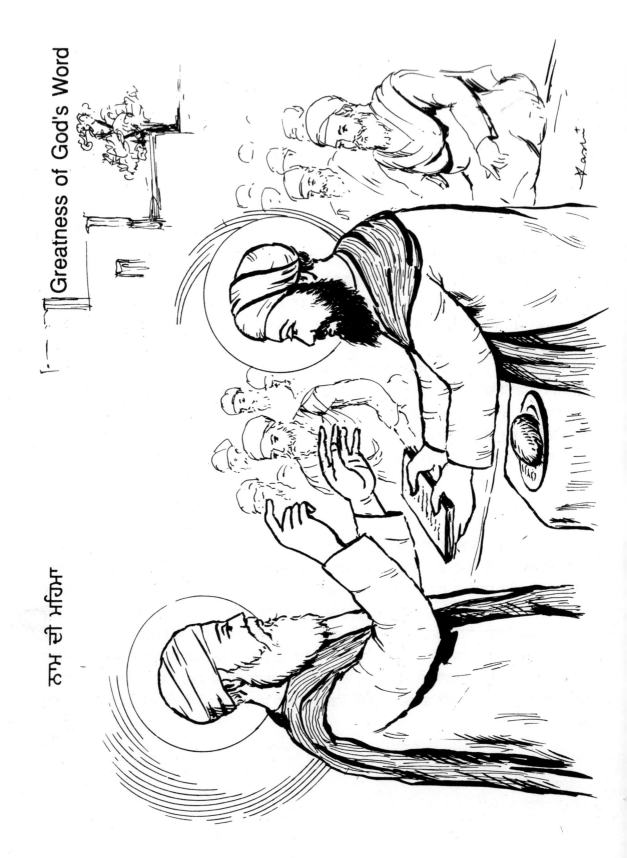

Greatness of God's Word

On the 2nd September, 1539 A.D., Guru Nanak Dev declared his devotee Lehna, (Angad) his own part, and paid obeisance to him. He also called upon the rest of the congregation to bow before Guru Angad Dev. In this way, Guru Nanak Dev entrusted the responsibility to lead the Sikhs, to his disciple. Simultaneously, he handed over the book (Pothi) containing hymns composed by him and verses of other saints collected by him. He asked Guru Angad Dev to return to Khadur and preach tenets of Sikhism as the villagers of that area were shunning the Hindu faith and embracing Islam out of fear or temptation.

Guru Angad Dev went to his aunt's house at Khadur without informing anyone. He did not hold any recital or any congregation for some months. Sikh devotees would come to Kartarpur for an audience with the Guru but returned disheartened on not finding him there. Six months passed in this way. This caused great unrest among the devotees. One day Sikhs requested Baba Budha to reveal the Guru to them. Baba Budha took the devotees with him to Khadur.

When aunt Bharai saw Baba Budha and other Sikhs coming, she came forward to meet them. When Baba Budha asked her about Guru Angad Dev, she said nothing. Baba Budha understood that the Guru was at her home. Reaching there, they started a recital of the holy word. Hearing the recital, the Guru came outside and the Sikhs were delighted to behold their Guru. Baba Budha requested the Guru, "There is no one who can guide the Sikhs if you keep on hiding like this. They are getting agitated. Please give audience to the devotees and guide them to the right path."

Guru Angad Dev acceded to his request and selecting an elevated site between the villages of Khadur and Sanghar, he set up a dwelling there. Devotees started assembling there for audience. Congregations and recitals began to be held in the morning and evening. Community kitchen was also started round the clock. The Guru started teaching the children of the surrounding villages after the morning congregation. He used to write primers for the children with his own hands because there were no printing presses at that time. Before the evening congregation, he organised wrestling and other sports for entertainments and body fitness of the devotees. He advised everyone to do practical service and honest labour. He himself always twisted string used for weaving cots. He used to listen to the problems of the devotees and advised solutions.

ਹੁਮਾਯੂੰ ਨੂੰ ਉਪਦੇਸ਼

Lesson to Humayun

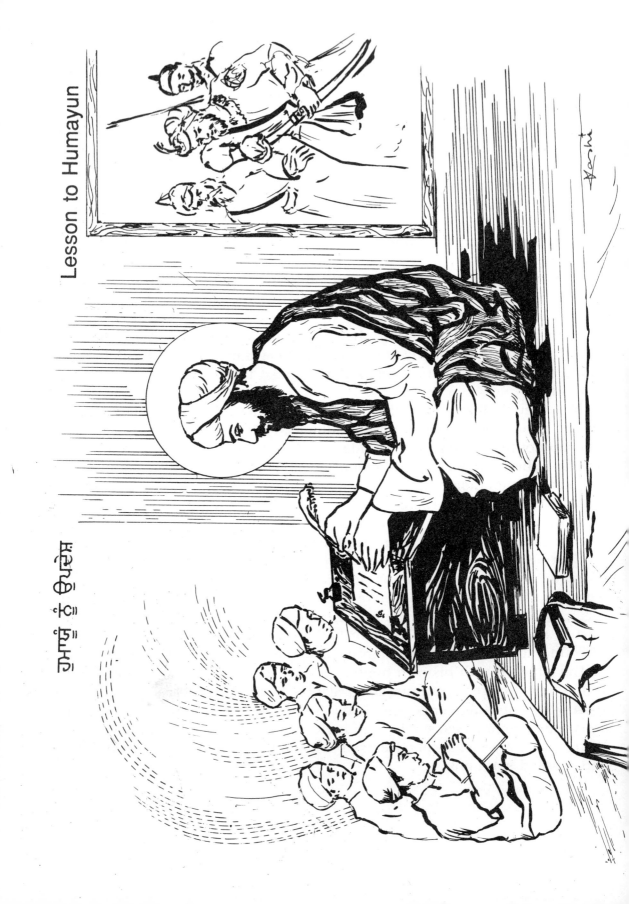

ਹੁਮਾਯੂੰ ਨੂੰ ਉਪਦੇਸ਼

20 ਅਪ੍ਰੈਲ, 1526 ਈਸਵੀ ਨੂੰ, ਬਾਬਰ ਨੇ ਇਬਰਾਹੀਮ ਲੋਧੀ ਨੂੰ ਹਰਾ ਕੇ ਹਿੰਦੁਸਤਾਨ ਦਾ ਰਾਜ ਹਾਸਲ ਕੀਤਾ। 26 ਦਸੰਬਰ, 1530 ਈਸਵੀ ਨੂੰ ਉਸ ਦੀ ਆਗਰੇ ਵਿਖੇ ਮੌਤ ਹੋ ਗਈ। ਉਸ ਪਿੱਛੋਂ ਉਸਦਾ ਵੱਡਾ ਪੁੱਤਰ ਹੁਮਾਯੂੰ ਬਾਦਸ਼ਾਹ ਬਣਿਆ। 17 ਮਈ, 1540 ਈਸਵੀ ਨੂੰ, ਇਬਰਾਹੀਮ ਲੋਧੀ ਦੇ ਇੱਕ ਜਰਨੈਲ ਹਸਨ ਖ਼ਾਨ ਦੇ ਪੁੱਤਰ ਸ਼ੇਰ ਖ਼ਾਨ ਨੇ ਕਨੌਜ ਦੇ ਮੁਕਾਮ ਉੱਪਰ, ਹੁਮਾਯੂੰ ਨੂੰ ਬੜੀ ਭਾਰੀ ਹਾਰ ਦਿੱਤੀ ਤੇ ਆਪ ਹਿੰਦੁਸਤਾਨ ਦਾ ਬਾਦਸ਼ਾਹ ਬਣ ਬੈਠਾ। ਹੁਮਾਯੂੰ ਆਪਣੀ ਜਾਨ ਬਚਾਉਣ ਲਈ ਆਗਰੇ ਤੋਂ ਲਾਹੌਰ ਵੱਲ ਭੱਜ ਤੁਰਿਆ।

ਹੁਮਾਯੂੰ ਨੂੰ ਪੰਜਾਬ ਪੁੱਜ ਕੇ ਖ਼ਿਆਲ ਆਇਆ ਕਿ ਉਸਦੇ ਪਿਤਾ ਬਾਬਰ ਨੂੰ, ਗੁਰੂ ਨਾਨਕ ਨੇ ਕਿਹਾ ਸੀ ਕਿ ਉਸ ਦੀਆਂ ਸੱਤ ਪੁਸ਼ਤਾਂ ਹਿੰਦੁਸਤਾਨ ਉੱਪਰ ਰਾਜ ਕਰਨਗੀਆਂ। ਗੁਰੂ ਨਾਨਕ ਦੇ ਕਹੇ ਹੋਏ ਬਚਨ ਝੂਠੇ ਕਿਉਂ ਹੋ ਰਹੇ ਸਨ, ਜਦੋਂ ਕਿ ਉਸਦੀ ਅਜੇ ਦੂਜੀ ਹੀ ਪੁਸ਼ਤ ਸੀ। ਇਸਦਾ ਨਿਰਣਾ ਕਰਨ ਲਈ ਉਸਨੇ ਆਪਣੇ ਵਜ਼ੀਰ ਨੂੰ ਪੁੱਛਿਆ, “ਅੱਜ ਕੱਲ੍ਹ ਗੁਰੂ ਨਾਨਕ ਦੀ ਗੱਦੀ ਉੱਪਰ ਕੌਣ ਹੈ ?” ਉਸਨੇ ਉੱਤਰ ਦਿੱਤਾ, “ਗੁਰੂ ਅੰਗਦ ਦੇਵ ਜੀ ਹਨ। ਉਨ੍ਹਾਂ ਦਾ ਡੇਰਾ ਦਰਿਆ ਬਿਆਸ ਦੇ ਅੱਗੇ ਖਡੂਰ ਪਿੰਡ ਦੇ ਨੇੜੇ ਹੈ।”

ਹੁਮਾਯੂੰ, ਵਜ਼ੀਰ ਨੂੰ ਨਾਲ ਲੈ ਕੇ ਗੁਰੂ ਅੰਗਦ ਦੇਵ ਜੀ ਦੇ ਡੇਰੇ ਪੁੱਜ ਗਿਆ। ਉਸ ਸਮੇਂ ਗੁਰੂ ਜੀ ਬੱਚਿਆਂ ਨੂੰ ਪੜ੍ਹਾ ਰਹੇ ਸਨ। ਹੁਮਾਯੂੰ ਜਾ ਕੇ ਖੜ੍ਹਾ ਹੋ ਗਿਆ। ਗੁਰੂ ਜੀ ਆਪਣੇ ਧਿਆਨ ਵਿਚ ਲੱਗੇ ਹੋਏ, ਬੱਚਿਆਂ ਨੂੰ ਪੜ੍ਹਾਉਂਦੇ ਰਹੇ। ਉਨ੍ਹਾਂ ਹੁਮਾਯੂੰ ਦੇ ਆਉਣ ਵੱਲ ਕੋਈ ਉਚੇਚਾ ਧਿਆਨ ਨਾ ਦਿੱਤਾ। ਹੁਮਾਯੂੰ ਨੂੰ ਇਹ ਦੇਖ ਕੇ ਬਹੁਤ ਗ਼ੁੱਸਾ ਆਇਆ। ਉਸਨੇ ਇਹ ਸੋਚ ਕੇ ਕਿ ਗੁਰੂ ਜੀ ਨੇ ਉਸਦੇ ਆਉਣ ਦੀ ਕੋਈ ਪ੍ਰਵਾਹ ਨਹੀਂ ਕੀਤੀ, ਉਸਨੇ ਗੁਰੂ ਜੀ ਨੂੰ ਕਤਲ ਕਰਨ ਦਾ ਮਨ ਬਣਾ ਲਿਆ। ਆਪਣੇ ਮਨ ਦੀ ਭਾਵਨਾ ਪੂਰੀ ਕਰਨ ਲਈ ਹੁਮਾਯੂੰ ਜਦੋਂ ਮਿਆਨ ਵਿੱਚੋਂ ਤਲਵਾਰ ਕੱਢਣ ਲੱਗਿਆ ਤਾਂ ਗੁਰੂ ਜੀ ਨੇ ਕਿਹਾ, “ਹੁਮਾਯੂੰ, ਇਹ ਤੇਰੀ ਤਲਵਾਰ ਉਦੋਂ ਕਿੱਥੇ ਸੀ ਜਦੋਂ ਤੂੰ ਸ਼ੇਰ ਖ਼ਾਨ ਪਾਸੋਂ ਹਾਰ ਖਾ ਕੇ ਭੱਜਿਆ ਸੀ। ਹੁਣ ਤੂੰ ਫ਼ਕੀਰਾਂ ਉੱਪਰ ਤਲਵਾਰ ਚਲਾ ਕੇ ਆਪਣੀ ਬਹਾਦਰੀ ਦਿਖਾ ਰਿਹਾ ਹੈਂ। ਜਦੋਂ ਤੂੰ ਉਸ ਪਾਸੋਂ ਡਰ ਕੇ ਭੱਜ ਰਿਹਾ ਸੀ ਤਾਂ ਉਦੋਂ ਸ਼ੇਰ ਖ਼ਾਨ ਨੂੰ ਤਲਵਾਰ ਕਿਉਂ ਨਾ ਦਿਖਾਈ ?”

ਗੁਰੂ ਜੀ ਪਾਸੋਂ ਸੱਚੀਆਂ ਸੱਚੀਆਂ ਸੁਣ ਕੇ ਹੁਮਾਯੂੰ ਬਹੁਤ ਸ਼ਰਮਿੰਦਾ ਹੋਇਆ। ਉਸਨੇ ਹੱਥ ਜੋੜ ਕੇ ਗੁਰੂ ਜੀ ਅੱਗੇ ਬੇਨਤੀ ਕੀਤੀ, “ਮੇਰੇ ਪਾਸੋਂ ਭੁੱਲ ਹੋ ਗਈ। ਆਪ ਖ਼ੁਦਾ ਦਾ ਰੂਪ ਹੋ ਤੇ ਮੈਨੂੰ ਮੁਆਫ਼ ਕਰ ਦਿਉ। ਮੈਂ ਆਪ ਦੇ ਪਾਸੋਂ ਪੁੱਛਣ ਆਇਆਂ ਕਿ ਗੁਰੂ ਨਾਨਕ ਦੇਵ ਜੀ ਨੇ ਮੇਰੇ ਪਿਤਾ ਨੂੰ ਸੱਤ ਪੁਸ਼ਤਾਂ ਦਾ ਰਾਜ ਦਿੱਤਾ ਸੀ, ਪਰ ਇਹ ਬਚਨ ਝੂਠਾ ਕਿਉਂ ਹੋਣ ਲੱਗਾ ਹੈ ?” ਗੁਰੂ ਜੀ ਨੇ ਕਿਹਾ, “ਜਦੋਂ ਤਕ ਬਾਦਸ਼ਾਹ ਇਨਸਾਫ਼ ਕਰਦਾ ਹੈ ਤਦੋਂ ਤੱਕ ਉਸਦਾ ਰਾਜ ਭਾਗ ਬਣਿਆ ਰਹਿੰਦਾ ਹੈ। ਤੇਰੇ ਪਾਸੋਂ ਕੋਈ ਬੇਇਨਸਾਫ਼ੀ ਹੋਈ ਹੋਵੇਗੀ, ਜਿਸ ਕਾਰਨ ਤੇਰਾ ਰਾਜ ਚਲਿਆ ਗਿਆ। ਜੇ ਤੂੰ ਹੁਣ ਤਲਵਾਰ ਨਾ ਉਠਾਉਂਦਾ ਤਾਂ ਤੈਨੂੰ ਰਾਜ ਹੁਣੇ ਹੀ ਮਿਲ ਜਾਣਾ ਸੀ, ਪਰ ਹੁਣ ਤੂੰ ਵਾਪਸ ਈਰਾਨ ਚਲਿਆ ਜਾ। ਜਦੋਂ ਫਿਰ ਤੂੰ ਆਵੇਂਗਾ ਤਾਂ ਤੈਨੂੰ ਰਾਜ ਮਿਲ ਜਾਵੇਗਾ।” ਪੰਦਰਾਂ ਸਾਲਾਂ ਪਿੱਛੋਂ 22 ਜੂਨ, 1555 ਈਸਵੀ ਨੂੰ ਹੁਮਾਯੂੰ ਫਿਰ ਹਿੰਦੁਸਤਾਨ ਦਾ ਬਾਦਸ਼ਾਹ ਬਣਿਆ। ਗੁਰੂ ਨਾਨਕ ਦੇਵ ਜੀ ਤੇ ਗੁਰੂ ਅੰਗਦ ਦੇਵ ਜੀ ਦੇ ਬਚਨ ਸੱਚੇ ਹੋਏ।

Lesson to Humayun

Babar had acquired the kingdom of India by defeating Ibrahim Lodhi on the 20th April, 1526 A.D. He died at Agra on the 26th December, 1530 A.D., and his eldest son Humayun succeeded him. Sher Khan, a general of Ibrahim Lodhi, gave a humiliating defeat to Humayun at Kannauj on the 17th May, 1540 A.D., and assumed the Kingdom of India. Humayun ran from Agra towards Lahore for his life.

On reaching Panjab, it occured to him that Guru Nanak had said to his father, "Seven generations of yours shall rule India." Why were the words of Guru Nanak not coming true, while it was only his second generation. To clear his doubt, he asked his minister, "Who is on the seat of Guru Nanak?" He replied, "Guru Angad Dev has succeeded him. His abode is near village Khadur beyond the river Beas."

Taking his minister alongwith him, Humayun reached the abode of Guru Angad Dev. The Guru was teaching the children at that time. Humayun went and stood there. The Guru remained engrossed in teaching the children. He did not pay any particular attention to the arrival of Humayun. Hamayun felt enraged at this. Thinking that the Guru had taken no notice of him, he made up his mind to murder him. When Humayun started to pull his sword out of the scabbard to fulfil his desire, the Guru said, "Humayun! where was this sword of yours when you suffered defeat at the hands of Sher Khan and ran away? Now you are showing your bravery by weilding it on hermits. Why didn't you show your sword to Sher Khan when you were running away from him out of fear?"

Humayun was greatly ashamed on hearing the truth from the Guru. He entreated with folded hands before the Guru, "I have made a mistake. You are the embodiment of God. Please forgive me. I had come to ask you that Guru Nanak had bestowed upon my father, the rule of India for seven generations. Why are his words proving false?" The Guru said, "As long as a king rules with justice, his reign lasts. You must have committed some injustice which has resulted in your dethronement. Had you not lifted your sword just now, you would have got your kingdom back right-away but go back to Iran now. You will get your kingdom when you return again." On the 22nd June, 1555 A.D., after fifteen years, Humayun became the king of India again. The words of Guru Nanak and Guru Angad Dev were fulfilled.

ਗੋਇੰਦਵਾਲ ਵਸਾਉਣਾ

ਗੁਰੂ ਅੰਗਦ ਦੇਵ ਜੀ ਤੋਂ ਪਹਿਲਾਂ, ਉਹ ਇਲਾਕਾ ਜਿੱਥੇ ਗੋਇੰਦਵਾਲ ਨਗਰ ਹੈ, ਬਿਲਕੁਲ ਬੰਜਰ ਸੀ। ਉਸ ਜ਼ਮੀਨ ਦਾ ਮਾਲਕ ਗੋਇੰਦਾ ਖੱਤਰੀ ਸੀ। ਉਸਨੇ ਆਪਣੇ ਬਜ਼ੁਰਗਾਂ ਦੀ ਯਾਦ ਵਿਚ ਉਸ ਜ਼ਮੀਨ 'ਤੇ ਇੱਕ ਪਿੰਡ ਵਸਾਉਣ ਦੀ ਕਈ ਵਾਰੀ ਕੋਸ਼ਿਸ਼ ਕੀਤੀ। ਉਸਦੇ ਸ਼ਰੀਕਾਂ ਉਸਨੂੰ ਉਸ ਜਗ੍ਹਾ ਵਿਚ ਇੱਕ ਘਰ ਤਕ ਨਾ ਬਣਾਉਣ ਦਿੱਤਾ। ਜਦੋਂ ਗੋਇੰਦਾ ਘਰ ਲਈ ਕੰਧਾਂ ਉਸਾਰਦਾ ਤਾਂ ਉਹ ਰਾਤ ਨੂੰ ਕੁਝ ਬਦਮਾਸ਼ਾਂ ਨੂੰ ਨਾਲ ਲਿਆ ਕੇ ਉਸ ਦੀਆਂ ਕੰਧਾਂ ਢਾਹ ਜਾਂਦੇ ਤੇ ਸਭ ਕੁਝ ਉਜਾੜ ਜਾਂਦੇ। ਉਸਦੇ ਸ਼ਰੀਕਾਂ ਪਿੰਡ ਵਿਚ ਮਸ਼ਹੂਰ ਕੀਤਾ ਹੋਇਆ ਸੀ ਕਿ ਰਾਤ ਨੂੰ ਭੂਤ ਆ ਕੇ ਗੋਇੰਦੇ ਦੀਆਂ ਦੀਵਾਰਾਂ ਢਾਹ ਜਾਂਦੇ ਹਨ। ਗੋਇੰਦੇ ਨੇ ਤੰਗ ਆ ਕੇ, ਗੁਰੂ ਜੀ ਪਾਸ ਖਡੂਰ ਜਾ ਕੇ ਬੇਨਤੀ ਕੀਤੀ, "ਗੁਰੂ ਜੀ, ਮੈਂ ਆਪਣੀ ਜ਼ਮੀਨ 'ਤੇ ਪਿੰਡ ਵਸਾਉਣ ਦੀ ਬੜੀ ਕੋਸ਼ਿਸ਼ ਕਰ ਚੁੱਕਿਆ ਹਾਂ ਪਰ ਮੇਰੇ ਸ਼ਰੀਕ ਮੇਰੇ ਦਿਲ ਦੀ ਖ਼ਾਹਿਸ਼ ਪੂਰੀ ਨਹੀਂ ਹੋਣ ਦਿੰਦੇ। ਆਪ ਕ੍ਰਿਪਾ ਕਰ ਕੇ ਮੇਰੀ ਮਦਦ ਕਰੋ। ਮੈਂ ਆਪ ਦੇ ਲਈ ਸੁੰਦਰ ਧਰਮਸਾਲਾ ਪਹਿਲਾਂ ਬਣਵਾ ਦੇਵਾਂਗਾ।"

ਗੁਰੂ ਜੀ ਨੇ ਗੋਇੰਦੇ ਦੀ ਬੇਨਤੀ ਪ੍ਰਵਾਨ ਕਰ ਕੇ ਆਪਣੇ ਵੱਡੇ ਪੁੱਤਰ ਦਾਤੂ ਨੂੰ ਗੋਇੰਦੇ ਨਾਲ ਜਾਣ ਲਈ ਕਿਹਾ। ਉਸਨੇ ਉੱਤਰ ਦਿੱਤਾ, "ਪਿਤਾ ਜੀ, ਅਸੀਂ ਖਡੂਰ ਹੀ ਠੀਕ ਹਾਂ। ਅਸੀਂ ਇਸਦਾ ਪਿੰਡ ਵਸਾ ਕੇ ਕੀ ਲੈਣਾ ਹੈ ?" ਦਾਤੂ ਦਾ ਨਾਂਹ ਵਿਚ ਉੱਤਰ ਸੁਣ ਕੇ ਗੁਰੂ ਜੀ ਨੇ ਛੋਟੇ ਪੁੱਤਰ ਦਾਸੂ ਨੂੰ ਪੁੱਛਿਆ। ਉਸਨੇ ਉੱਤਰ ਦਿੱਤਾ, "ਪਿਤਾ ਜੀ, ਇਸਦੇ ਰਿਸ਼ਤੇਦਾਰ ਇਸਨੂੰ ਪਿੰਡ ਵਸਾਉਣ ਨਹੀਂ ਦਿੰਦੇ। ਅਸੀਂ ਇਨ੍ਹਾਂ ਦੇ ਘਰੇਲੂ ਝਗੜਿਆਂ ਵਿਚ ਕਿਉਂ ਆਈਏ ?" ਦੋਹਾਂ ਪੁੱਤਰਾਂ ਦੇ ਨਾਂਹ ਵਿਚ ਉੱਤਰ ਮਿਲਣ ਪਿੱਛੋਂ, ਗੁਰੂ ਜੀ ਨੇ ਸ੍ਰੀ ਅਮਰ ਦਾਸ ਜੀ ਨੂੰ ਬੁਲਾ ਕੇ ਜਾਣ ਲਈ ਪੁੱਛਿਆ। ਸ੍ਰੀ ਅਮਰ ਦਾਸ ਜੀ 73 ਸਾਲਾਂ ਦੇ ਬਜ਼ੁਰਗ ਸਨ, ਜਿਹੜੇ ਪਿਛਲੇ ਦਸ ਗਿਆਰਾਂ ਸਾਲਾਂ ਤੋਂ ਗੁਰੂ ਜੀ ਦੇ ਇਸ਼ਨਾਨ ਲਈ ਅੰਮ੍ਰਿਤ ਵੇਲੇ 'ਗੁਰੂ ਦੇ ਖੂਹ' ਤੋਂ ਇਕ ਪਾਣੀ ਦੀ ਗਾਗਰ ਲਿਆਉਣ ਦੀ ਸੇਵਾ ਨਿਭਾ ਰਹੇ ਸਨ। ਪੁੱਤਰ ਆਪਣੇ ਪਿਤਾ ਦਾ ਹੁਕਮ ਮੰਨਣ ਤੋਂ ਨਾਂਹ ਕਰ ਸਕਦਾ ਹੈ ਪਰ ਸਿੱਖ ਆਪਣੇ ਗੁਰੂ ਦੇ ਹੁਕਮ ਨੂੰ ਨਾਂਹ ਨਹੀਂ ਕਰ ਸਕਦਾ। ਸ੍ਰੀ ਅਮਰ ਦਾਸ ਜੀ ਗੁਰੂ ਦਾ ਹੁਕਮ ਮੰਨ ਕੇ ਗੋਇੰਦੇ ਨਾਲ ਚਲ ਪਏ।

ਗੁਰੂ ਅੰਗਦ ਦੇਵ ਜੀ ਦੇ ਹੁਕਮ ਨਾਲ ਨਵਾਂ ਨਗਰ ਵਸਾਇਆ ਜਾਣ ਲੱਗ ਪਿਆ। ਸਿੱਖ ਸੰਗਤਾਂ ਸੇਵਾ ਦੀ ਭਾਵਨਾ ਨਾਲ ਪਿੰਡ ਦੀ ਉਸਾਰੀ ਵਿਚ ਹਿੱਸਾ ਪਾਉਣ ਲੱਗੀਆਂ। ਜਿਵੇਂ ਜਿਵੇਂ ਸ੍ਰੀ ਅਮਰ ਦਾਸ ਜੀ ਗੋਇੰਦੇ ਨੂੰ ਕਹਿੰਦੇ ਗਏ, ਉਸੇ ਤਰ੍ਹਾਂ ਹੀ ਉਹ ਮਜ਼ਦੂਰਾਂ ਤੇ ਕਾਰੀਗਰਾਂ ਪਾਸੋਂ ਪਿੰਡ ਦੀ ਉਸਾਰੀ ਕਰਵਾਉਂਦਾ ਗਿਆ। ਸਿੱਖ ਸੰਗਤ ਨੂੰ ਪਿੰਡ ਦੀ ਉਸਾਰੀ ਕਰਦੀ ਦੇਖ ਕੇ ਗੋਇੰਦੇ ਦੇ ਸ਼ਰੀਕਾਂ ਦੀ ਹਿੰਮਤ ਨਾ ਪਈ ਕਿ ਉਹ ਪਹਿਲਾਂ ਵਾਂਗੂੰ ਪਿੰਡ ਦੀ ਉਸਾਰੀ ਵਿਚ ਕੋਈ ਵਿਘਨ ਪਾਉਣ, ਸਗੋਂ ਉਨ੍ਹਾਂ ਆ ਕੇ ਪਿੰਡ ਦੀ ਉਸਾਰੀ ਵਿਚ ਸਿੱਖਾਂ ਦੀ ਮਦਦ ਕਰਨੀ ਸ਼ੁਰੂ ਕਰ ਦਿੱਤੀ। ਬੜੀ ਸ਼ਾਨਦਾਰ ਧਰਮਸਾਲਾ ਤੇ ਮਕਾਨ ਬਣਾਏ ਜਾਣ ਪਿੱਛੋਂ, ਸ੍ਰੀ ਅਮਰ ਦਾਸ ਜੀ ਖਡੂਰ, ਗੁਰੂ ਜੀ ਨੂੰ ਦੱਸਣ ਗਏ। ਗੁਰੂ ਜੀ ਨੇ ਨਵੇ ਨਗਰ ਦਾ ਨਾਂ ਗੋਇੰਦੇ ਦੀ ਮਨਸ਼ਾ ਅਨੁਸਾਰ ਗੋਇੰਦਵਾਲ ਰਖਿਆ। ਸ੍ਰੀ ਅਮਰ ਦਾਸ ਜੀ ਨੂੰ ਗੁਰੂ ਜੀ ਨੇ ਕਿਹਾ ਕਿ ਉਹ ਆਪਣਾ ਸਾਰਾ ਪਰਵਾਰ ਬਾਸਰਕੇ ਤੋਂ ਗੋਇੰਦਵਾਲ ਲੈ ਆਉਣ ਤੇ ਅਨੰਦ ਨਾਲ ਗੋਇੰਦਵਾਲ ਵਿਖੇ ਰਹਿਣ।

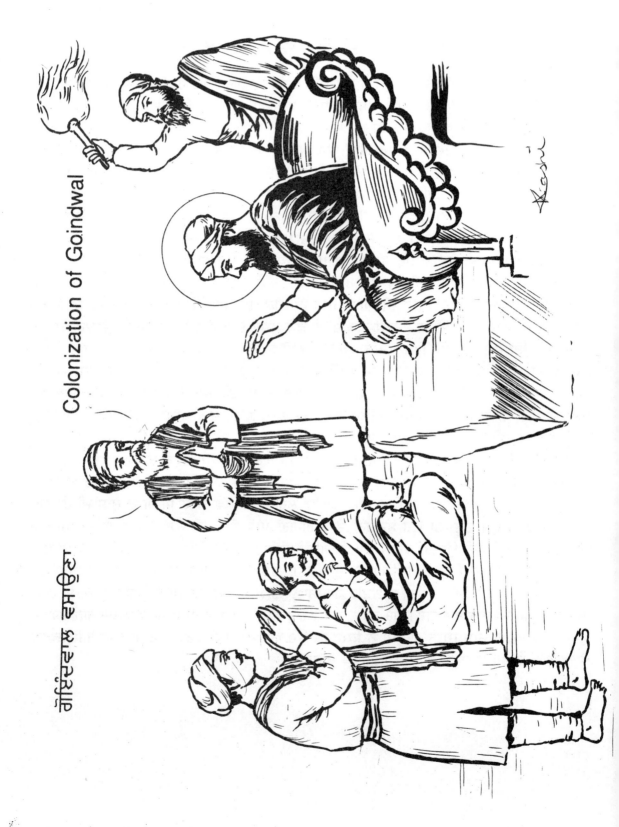

ਗੋਇੰਦਵਾਲ ਵਸਾਉਣਾ

Colonization of Goindwal

Colonization of Goindwal

The area where Goindwal town is situated at present, was totally barren at Guru Angad Dev's time. Goinda, a Khatri by caste, was the owner of that land. He tried many times, to colonize a village in the memory of his forefathers in that land. His kin, however, would not allow him to build even a house at that place. Whenever Goinda built walls for the construction of a house, the kin would come with some hoodlums at night, demolish the walls and destroy everything. His kin had propagated in the village that evil spirits came at night and demolished Goinda's walls. In desparation, Goinda went to Khadur and prayed to the Guru, "Respected Guru, I have tried very hard to colonize a village in my land but my kin are preventing me from fulfilling my desire. Please be kind and help me. I shall first get a beautiful Dharamsala (inn) constructed for you."

According to Goinda's request, the Guru asked his elder son to go with Goinda. He replied, "Respected father ! we are very well at Khadur. What shall we gain by colonizing his village ?" Getting a negative reply from Datu, the Guru asked his younger son Dasu. Dasu replied, "Dear father ! his relatives are preventing him from colonizing a village. Why should we interfere in their family squabbles ?" After both his sons had declined, the Guru called Sri Amar Dass and asked if he would go. Sri Amar Dass was an old man of 73 years who had been serving the Guru for the last ten or eleven years. He used to bring water from the well daily before the break of dawn for the Guru to take bath. A son may refuse to obey his father but a Sikh cannot refuse his Guru. Sri Amar Dass proceeded with Goinda as ordered by the Guru.

A new town started to emerge with the orders of Guru Angad Dev. Sikh devotees began taking part in the construction with a spirit of service. Goinda was passing orders to the masons and labourers as directed by Sri Amar Dass. Seeing Sikhs engaged in construction of the town, Goinda's kin did not dare to obstruct the construction as before. Instead, they started to help the Sikhs in the construction. After the construction of a beautiful place of congregation and house, Sri Amar Dass went to Khadur to inform the Guru. In accordance with Goinda's desire, the Guru named the new town as Goindwal. The Guru asked Sri Amar Dass to bring his family from Basarke to Goindwal and reside there.

ਈਰਖੀ ਤਪਾ

ਖਡੂਰ ਪਿੰਡ ਵਿਚ ਬਹੁਤ ਸਮੇਂ ਤੋਂ, ਸ਼ਿਵ ਨਾਥ ਨਾਂ ਦਾ ਇੱਕ ਤਪਾ ਰਹਿੰਦਾ ਸੀ। ਜੰਤਰ-ਮੰਤਰ ਦਾ ਉਹ ਉਸਤਾਦ ਸੀ। ਇਸ ਲਈ ਉਹ ਪਿੰਡ ਦੇ ਲੋਕਾਂ ਨੂੰ ਆਪਣੀ ਹਰ ਗੱਲ ਮੰਨਵਾ ਲੈਂਦਾ ਸੀ। ਖਡੂਰ ਦੇ ਸਾਰੇ ਜ਼ਿਮੀਂਦਾਰ ਉਸਦੇ ਸੇਵਕ ਸਨ। ਉਸਦੇ ਮੰਤਰਾਂ ਦੇ ਡਰ ਦੇ ਮਾਰੇ, ਪਿੰਡ ਦੇ ਲੋਕੀ ਉਸਨੂੰ ਹਰ ਤਰ੍ਹਾਂ ਦੇ ਪਦਾਰਥ ਭੇਟ ਕਰਦੇ ਰਹਿੰਦੇ ਸਨ। ਗੁਰੂ ਅੰਗਦ ਦੇਵ ਜੀ ਦੇ ਪਿੰਡ ਵਾਪਸ ਆਉਣ ਨਾਲ ਉਸਦੀ ਉਪਮਾ ਘਟਣ ਲੱਗ ਗਈ। ਗੁਰੂ ਜੀ ਦੇ ਦਰਸ਼ਨਾਂ ਲਈ ਸੰਗਤਾਂ ਦੂਰ ਦੂਰ ਤੋਂ ਆਉਂਦੀਆਂ ਤੇ ਗੁਰੂ ਜੀ ਨੂੰ ਵੀ ਚੋਖੀਆਂ ਭੇਟਾਵਾਂ ਚੜ੍ਹਦੀਆਂ, ਜਿਸਦਾ ਉਸ ਤਪੇ ਨੂੰ ਬਹੁਤ ਦੁੱਖ ਹੁੰਦਾ।

ਇੱਕ ਸਾਲ ਬਰਸਾਤਾਂ ਦੀ ਰੁੱਤ ਵਿਚ ਮੀਂਹ ਬਿਲਕੁਲ ਨਾ ਪਿਆ। ਜ਼ਿਮੀਂਦਾਰਾਂ ਦੀਆਂ ਫ਼ਸਲਾਂ ਸੁੱਕਣ ਲੱਗੀਆਂ। ਉਨ੍ਹਾਂ ਨੂੰ ਬਹੁਤ ਫ਼ਿਕਰ ਹੋਇਆ। ਉਨ੍ਹਾਂ ਸਾਰਿਆਂ ਨੇ ਇਕੱਠੇ ਹੋ ਕੇ ਸਲਾਹ ਕੀਤੀ ਅਤੇ ਤਪੇ ਨੂੰ ਮੀਂਹ ਪਵਾਉਣ ਲਈ ਕਿਹਾ। ਤਪੇ ਨੇ ਅੱਗੋਂ ਉੱਤਰ ਦਿੱਤਾ, "ਤੁਹਾਡੇ ਪਿੰਡ ਵਿਚ ਮੀਂਹ ਨਹੀਂ ਪੈ ਸਕਦਾ ਕਿਉਂਕਿ ਇੱਥੇ ਇੱਕ ਗ੍ਰਿਹਸਤੀ ਖੱਤਰੀ ਬੈਠਾ ਆਪਣੀ ਪੂਜਾ ਕਰਵਾ ਰਿਹਾ ਹੈ। ਗ੍ਰਿਹਸਤੀ ਲਈ ਆਪਣੀ ਪੂਜਾ ਕਰਵਾਉਣਾ ਬਹੁਤ ਵੱਡਾ ਪਾਪ ਹੈ। ਜੇ ਤੁਸੀਂ ਉਸਨੂੰ ਪਿੰਡ ਵਿੱਚੋਂ ਕੱਢ ਦੇਵੋ ਤਾਂ ਤੁਹਾਡੇ ਪਿੰਡ ਵਿਚ ਮੀਂਹ ਪੈ ਜਾਵੇਗਾ।" ਤਪੇ ਨੇ ਜਿਵੇਂ ਕਿਹਾ ਸੀ, ਉਸੇ ਤਰ੍ਹਾਂ ਹੀ ਜ਼ਿਮੀਂਦਾਰਾਂ ਨੇ ਗੁਰੂ ਜੀ ਪਾਸ ਜਾ ਕੇ ਦੱਸ ਦਿੱਤਾ। ਗੁਰੂ ਜੀ ਨੇ ਉਨ੍ਹਾਂ ਨੂੰ ਕਿਹਾ, "ਜੇ ਮੇਰੇ ਪਿੰਡ ਛੱਡਣ ਨਾਲ ਮੀਂਹ ਪੈ ਸਕਦਾ ਹੈ ਤਾਂ ਅਸੀਂ ਪਿੰਡ ਛੱਡ ਕੇ ਚਲੇ ਜਾਂਦੇ ਹਾਂ।" ਗੁਰੂ ਜੀ ਖਡੂਰ ਪਿੰਡ ਤੋਂ ਉਠ ਕੇ ਖ਼ਾਨ ਰਜਾਦ ਚਲੇ ਗਏ।

ਗੁਰੂ ਅੰਗਦ ਦੇਵ ਜੀ ਨੂੰ ਪਿੰਡ ਛੱਡਿਆਂ ਤਿੰਨ ਚਾਰ ਦਿਨ ਹੋ ਗਏ, ਪਰ ਮੀਂਹ ਕੋਈ ਨਾ ਪਿਆ, ਤਾਂ ਜ਼ਿਮੀਂਦਾਰਾਂ ਫਿਰ ਇਕੱਠੇ ਹੋ ਕੇ ਤਪੇ ਪਾਸ ਜਾ ਕੇ ਫ਼ਰਿਆਦ ਕੀਤੀ। ਤਪੇ ਨੇ ਅੱਗੋਂ ਉੱਤਰ ਦਿੱਤਾ, "ਮੀਂਹ ਮੇਰੀ ਮੁੱਠੀ ਵਿਚ ਨਹੀਂ ਜਿਹੜਾ ਮੈਂ ਆਪ ਨੂੰ ਫੜਾ ਦੇਣਾ ਹੈ। ਮੈਂ ਜੰਤਰ-ਮੰਤਰ ਕੀਤੇ ਹਨ ਪਰ ਅਜੇ ਤੁਹਾਡਾ ਕੀਤਾ ਪਾਪ ਦੂਰ ਨਹੀਂ ਹੋਇਆ।" ਤਪੇ ਪਾਸੋਂ ਇਹ ਜਵਾਬ ਸੁਣ ਕੇ ਜ਼ਿਮੀਂਦਾਰ ਵਾਪਸ ਜਾ ਰਹੇ ਸਨ ਕਿ ਰਸਤੇ ਵਿਚ ਉਨ੍ਹਾਂ ਨੂੰ ਸ੍ਰੀ ਅਮਰ ਦਾਸ ਜੀ ਮਿਲ ਗਏ, ਜਿਹੜੇ ਗੋਇੰਦਵਾਲ ਤੋਂ ਗੁਰੂ ਅੰਗਦ ਦੇਵ ਜੀ ਦੇ ਦਰਸ਼ਨਾਂ ਲਈ ਉਚੇਚੇ ਆਏ ਸਨ। ਖਡੂਰ ਦੇ ਜ਼ਿਮੀਂਦਾਰਾਂ ਨੇ ਉਨ੍ਹਾਂ ਨੂੰ ਮੀਂਹ ਪਵਾਉਣ ਦੀ ਸਾਰੀ ਕਹਾਣੀ ਸੁਣਾਈ।

ਸ੍ਰੀ ਅਮਰ ਦਾਸ ਜੀ ਨੇ ਉਨ੍ਹਾਂ ਦੀ ਕਹਾਣੀ ਸੁਣ ਕੇ ਕਿਹਾ, "ਤੁਸੀਂ ਗੁਰੂ ਅੰਗਦ ਦੇਵ ਜੀ ਨੂੰ ਪਿੰਡ ਵਿੱਚੋਂ ਕੱਢ ਕੇ ਬਹੁਤ ਮਾੜਾ ਕੰਮ ਕੀਤਾ ਹੈ। ਸੂਰਜ ਛਿਪਣ ਤੋਂ ਪਹਿਲਾਂ ਪਹਿਲਾਂ, ਤੁਸੀਂ ਇਸ ਤਪੇ ਨੂੰ ਜਿਸ ਜਿਸ ਖੇਤ ਵਿਚ ਲੈ ਕੇ ਜਾਵੋਗੇ, ਉਥੇ ਉਥੇ ਮੀਂਹ ਪੈ ਜਾਵੇਗਾ।" ਜ਼ਿਮੀਂਦਾਰਾਂ ਨੂੰ ਮੀਂਹ ਚਾਹੀਦਾ ਸੀ। ਉਨ੍ਹਾਂ ਤਪੇ ਨੂੰ ਉਠਾ ਲਿਆ ਤੇ ਆਪਣੇ ਆਪਣੇ ਖੇਤਾਂ ਵਿਚ ਲੈ ਕੇ ਜਾਣਾ ਸ਼ੁਰੂ ਕਰ ਦਿੱਤਾ। ਜਿਸ ਖੇਤ ਵਿਚ ਉਹ ਤਪੇ ਨੂੰ ਲੈ ਕੇ ਗਏ ਉਸੇ ਵਿਚ ਮੀਂਹ ਪੈ ਗਿਆ। ਇਸ ਤਰ੍ਹਾਂ ਜ਼ਿਮੀਂਦਾਰਾਂ ਦੇ ਖਿੱਚਣ ਧੂਹਣ ਨਾਲ ਤਪੇ ਦੀ ਮੌਤ ਹੋ ਗਈ। ਸ੍ਰੀ ਅਮਰ ਦਾਸ ਜੀ ਜਦੋਂ ਖ਼ਾਨ ਰਜਾਦ ਪੁੱਜੇ ਤਾਂ ਗੁਰੂ ਜੀ ਨੇ ਉਨ੍ਹਾਂ ਨੂੰ ਕਿਹਾ, "ਤੁਸੀਂ ਕਰਾਮਾਤ ਦਿਖਾ ਕੇ ਚੰਗਾ ਨਹੀਂ ਕੀਤਾ। ਜੇ ਕੋਈ ਦੂਜਾ ਭੁੱਲ ਕਰਦਾ ਹੈ ਤਾਂ ਉਸਨੂੰ ਸਜ਼ਾ ਦੇਣਾ ਸਾਡਾ ਕੰਮ ਨਹੀਂ। ਸਾਡਾ ਫ਼ਰਜ਼ ਬਣਦਾ ਹੈ ਕਿ ਅਸੀਂ ਉਸ ਦੀ ਭੁੱਲ ਨੂੰ ਮੁਆਫ਼ ਕਰ ਦੇਈਏ।" ਸ੍ਰੀ ਅਮਰ ਦਾਸ ਜੀ ਨੇ ਆਪਣੀ ਭੁੱਲ ਦੀ ਮੁਆਫ਼ੀ ਮੰਗੀ ਤੇ ਅੱਗੇ ਲਈ ਭਾਣੇ ਵਿਚ ਰਹਿਣ ਦਾ ਪ੍ਰਣ ਕੀਤਾ।

H.W.9.2

Jealous Ascetic

There lived in village Khadur since a long time, an ascetic named Shiv Nath. He was a master of sorcery, and hence the people of that village used to agree to his every demand. All the landlords of Khadur were his disciples. The people of the village used to offer him all types of things fearing his witchcraft. His fame started decreasing with the return of Guru Angad Dev to Khadur. Devotees arriving from far and near for the audience with the Guru, presented substantial offerings which hurt that ascetic very much.

One year, the rainy season was totally dry. The farmers' crops started withering. They were greatly upset. They assembled and after deliberations, asked the ascetic to cause rain. The ascetic replied, "It cannot rain in your village because a householder and Khatri by caste is getting himself worshipped. It is a great sin for a householder to get worshipped. It will rain in your village if you turn him out of it." The farmers went to the Guru and told him what the ascetic had said. The Guru told them, "If my leaving the village can bring rains, I shall leave it." The Guru left Khadur and went to Khan Rajaad.

When it did not rain for three or four days after Guru Angad Dev had left, the farmers again got together and prayed to the ascetic. He replied, "I do not hold the rain in my hand that I may give it to you. I have chanted incantations but your sin has not been cleared as yet." The farmers were returning after receiving this reply from the ascetic when they met Sri Amar Dass who had come from Goindwal specially for an audience with the Guru. The farmers told him in detail, the story of the rain.

After listening to their tale, Sri Amar Dass said, "It was very bad of you to have turned the Guru out of the village. Now, in whichever field you take the ascetic before dusk, it will rain there." The farmers wanted rain. They bodily lifted the ascetic and started taking him to their fields. The rain fell in the field to which the ascetic was taken. The ascetic lost his life due to pulling and pushing by the farmers. When Sri Amar Dass reached Khan Rajaad and met Guru Angad Dev, the Guru said to him, "You have not done well by showing a miracle. It is not for us to punish anybody who makes a mistake. It is our duty to forgive his mistake." Sri Amar Dass asked forgiveness for his mistake and promised to bear with the will of God.

ਜੋਤੀ ਜੋਤਿ ਸਮਾਉਣਾ

29 ਮਾਰਚ, 1552 ਈਸਵੀ ਵਾਲੇ ਦਿਨ, ਅੰਮ੍ਰਿਤ ਵੇਲੇ ਦੇ ਦੀਵਾਨ ਵਿਚ, ਗੁਰੂ ਅੰਗਦ ਦੇਵ ਜੀ ਨੇ ਸੰਗਤਾਂ ਨੂੰ ਦੱਸਿਆ, "ਮੈਂ ਜੋਤੀ ਜੋਤਿ ਸਮਾਉਣ ਤੋਂ ਪਹਿਲਾਂ ਗੁਰਗੱਦੀ ਦੀ ਜ਼ਿੰਮੇਵਾਰੀ ਸ੍ਰੀ ਅਮਰ ਦਾਸ ਜੀ ਨੂੰ ਸੌਂਪ ਦੇਣਾ ਚਾਹੁੰਦਾ ਹਾਂ।" ਉਨ੍ਹਾਂ ਦਿਨਾਂ ਵਿਚ ਸ੍ਰੀ ਅਮਰ ਦਾਸ ਜੀ ਗੋਇੰਦਵਾਲ ਦੀ ਉਸਾਰੀ ਕਰਵਾ ਰਹੇ ਸਨ। ਗੁਰੂ ਅੰਗਦ ਦੇਵ ਜੀ ਦੇ ਪੁੱਤਰਾਂ, ਜਦੋਂ ਗੁਰਗੱਦੀ ਇੱਕ ਟਹਿਲੀਏ ਨੂੰ ਦਿੱਤੇ ਜਾਣ ਦੀ ਖ਼ਬਰ ਸੁਣੀ ਤਾਂ ਉਨ੍ਹਾਂ ਬਹੁਤ ਰੋਸ ਪ੍ਰਗਟ ਕੀਤਾ। ਗੁਰੂ ਜੀ ਨੇ ਉਨ੍ਹਾਂ ਨੂੰ ਸਮਝਾਇਆ, "ਬੇਟਾ, ਇਹ ਬਹੁਤ ਵੱਡੀ ਸੇਵਾ ਹੈ। ਇਹ ਜ਼ਿੰਮੇਵਾਰੀ ਆਪ ਦੇ ਪਾਸੋਂ ਨਿਭਾਈ ਨਹੀਂ ਜਾ ਸਕਣੀ। ਜਿਵੇਂ ਗੁਰੂ ਨਾਨਕ ਦੇਵ ਜੀ ਨੇ ਆਪਣੇ ਪੁੱਤਰਾਂ ਨੂੰ ਛੱਡ ਕੇ, ਇਹ ਜ਼ਿੰਮੇਵਾਰੀ ਆਪਣੇ ਇੱਕ ਸਿੱਖ ਨੂੰ ਸੌਂਪੀ ਸੀ, ਇਸੇ ਤਰ੍ਹਾਂ ਮੈਂ ਸ੍ਰੀ ਅਮਰ ਦਾਸ ਜੀ ਨੂੰ ਇਸ ਸੇਵਾ ਦੀ ਪੰਡ ਚੁੱਕਣ ਦੇ ਯੋਗ ਸਮਝ ਕੇ, ਇਹ ਪੰਡ ਉਨ੍ਹਾਂ ਨੂੰ ਚੁਕਵਾ ਰਿਹਾ ਹਾਂ।"

ਗੁਰੂ ਜੀ ਨੇ ਇੱਕ ਸਿੱਖ ਨੂੰ ਗੋਇੰਦਵਾਲ ਭੇਜ ਕੇ ਸ੍ਰੀ ਅਮਰ ਦਾਸ ਜੀ ਨੂੰ ਬੁਲਾ ਲਿਆ। ਸ੍ਰੀ ਅਮਰ ਦਾਸ ਜੀ ਨੂੰ ਖਡੂਰ ਪੁੱਜ ਕੇ ਪਤਾ ਲੱਗਾ ਕਿ ਉਨ੍ਹਾਂ ਨੂੰ ਗੁਰਗੱਦੀ ਦਿੱਤੀ ਜਾ ਰਹੀ ਸੀ। ਉਨ੍ਹਾਂ ਗੁਰੂ ਅੰਗਦ ਦੇਵ ਜੀ ਅੱਗੇ ਬੇਨਤੀ ਕੀਤੀ, "ਮੈਂ ਇੱਕ ਸੇਵਾਦਾਰ ਹਾਂ। ਮੈਨੂੰ ਸੇਵਾਦਾਰ ਹੀ ਰਹਿਣ ਦਿੱਤਾ ਜਾਵੇ।" ਗੁਰੂ ਜੀ ਨੇ ਫ਼ੁਰਮਾਇਆ, "ਮੈਨੂੰ ਹੋਰ ਕੋਈ ਨਜ਼ਰ ਨਹੀਂ ਆ ਰਿਹਾ ਜਿਹੜਾ ਇਹ ਜ਼ਿੰਮੇਵਾਰੀ ਭਲੀ-ਭਾਂਤ ਨਿਭਾ ਸਕਦਾ ਹੋਵੇ। ਇਸ ਲਈ ਮੈਂ ਇਹ ਜ਼ਿੰਮੇਵਾਰੀ ਆਪ ਨੂੰ ਸੌਂਪ ਰਿਹਾ ਹਾਂ।" ਇਸ ਪਿਛੋਂ ਸ੍ਰੀ ਅਮਰ ਦਾਸ ਜੀ ਨੇ ਗੁਰੂ ਦਾ ਹੁਕਮ ਮੰਨ ਕੇ ਹਾਂ ਕਰ ਦਿੱਤੀ।

ਬਾਬਾ ਬੁੱਢਾ ਜੀ ਨੇ ਗੁਰੂ ਜੀ ਦੇ ਕਹਿਣ ਉੱਪਰ, ਉਹੋ ਗਾਗਰ, ਜਲ ਦੀ ਭਰ ਕੇ ਲੈ ਆਂਦੀ, ਜਿਹੜੀ ਸ੍ਰੀ ਅਮਰ ਦਾਸ ਜੀ ਗੁਰੂ ਅੰਗਦ ਦੇਵ ਜੀ ਦੇ ਇਸ਼ਨਾਨ ਲਈ ਦਸ ਗਿਆਰਾਂ ਸਾਲ ਭਰ ਕੇ ਲਿਆਉਂਦੇ ਰਹੇ ਸਨ। ਗੁਰੂ ਅੰਗਦ ਦੇਵ ਜੀ ਨੇ ਆਪਣੇ ਹੱਥੀਂ ਸ੍ਰੀ ਅਮਰ ਦਾਸ ਜੀ ਨੂੰ ਇਸ਼ਨਾਨ ਕਰਵਾ ਕੇ, ਤਿਆਰ ਕਰ ਕੇ ਆਪਣੀ ਗੱਦੀ ਉੱਪਰ ਬਿਠਾ ਕੇ, ਸਭ ਤੋਂ ਪਹਿਲਾਂ ਉਨ੍ਹਾਂ ਆਪ ਸ੍ਰੀ ਅਮਰ ਦਾਸ ਨੂੰ ਮੱਥਾ ਟੇਕਿਆ, ਤੇ ਫਿਰ ਬਾਕੀ ਸੰਗਤ ਨੂੰ ਗੁਰੂ ਅਮਰ ਦਾਸ ਜੀ ਅੱਗੇ ਸਿਰ ਝੁਕਾਉਣ ਲਈ ਆਗਿਆ ਕੀਤੀ ਤੇ ਕਿਹਾ, "ਇਹ ਮੇਰਾ ਰੂਪ ਹਨ। ਅੱਗੇ ਲਈ ਆਪ ਸਾਰਿਆਂ ਦੇ ਗੁਰੂ ਇਹ ਹਨ।" ਗੁਰੂ ਅੰਗਦ ਦੇਵ ਜੀ ਦੇ ਦੋਹਾਂ ਪੁੱਤਰਾਂ ਤੋਂ ਬਿਨਾਂ ਸਾਰੀ ਸੰਗਤ ਨੇ ਗੁਰੂ ਅਮਰ ਦਾਸ ਜੀ ਅੱਗੇ ਆਪਣੇ ਸੀਸ ਨਿਵਾਏ, ਪਰ ਪੁੱਤਰਾਂ ਨੇ ਇੱਕ ਸੇਵਕ ਨੂੰ ਗੁਰੂ ਮੰਨਣ ਤੋਂ ਇਨਕਾਰ ਕਰ ਦਿੱਤਾ। ਉਨ੍ਹਾਂ ਅੱਗੋਂ ਕਿਹਾ, "ਇੱਕ ਸੇਵਾਦਾਰ ਸਾਡਾ ਸਾਰਾ ਹੱਕ ਖੋਹ ਕੇ ਲੈ ਗਿਆ ਹੈ। ਅਸੀਂ ਇਸ ਨੂੰ ਗੁਰੂ ਨਹੀਂ ਮੰਨ ਸਕਦੇ।" ਪੁੱਤਰਾਂ ਪਾਸੋਂ ਇਹ ਬਚਨ ਸੁਣ ਕੇ ਗੁਰੂ ਜੀ ਨੇ ਦੋਹਾਂ ਨੂੰ ਬਾਹਰ ਕੱਢ ਦਿੱਤਾ।

ਗੁਰੂ ਅੰਗਦ ਦੇਵ ਜੀ ਨੇ ਗੁਰਗੱਦੀ ਦੀ ਜ਼ਿੰਮੇਵਾਰੀ ਸੌਂਪ ਦੇਣ ਪਿੱਛੋਂ ਸੰਗਤਾਂ ਨੂੰ ਹੁਕਮ ਕੀਤਾ, "ਮੇਰੇ ਜੋਤੀ ਜੋਤਿ ਸਮਾਉਣ ਪਿੱਛੋਂ ਕੀਰਤਨ ਕਰਨਾ। ਕਿਸੇ ਕਿਸਮ ਦਾ ਸੋਗ ਨਹੀਂ ਕਰਨਾ।" ਇਹ ਹੁਕਮ ਕਰ ਕੇ ਇੱਕ ਚਾਦਰ ਲੈ ਕੇ ਲੇਟ ਗਏ ਤੇ ਜੋਤੀ ਜੋਤਿ ਸਮਾ ਗਏ। ਉਨ੍ਹਾਂ ਦੀ ਦੇਹ ਦਾ ਸਸਕਾਰ ਉਸ ਥਾਂ ਕੀਤਾ ਗਿਆ, ਜਿੱਥੇ ਜੁਲਾਹੇ ਦੇ ਘਰ ਅੱਗੇ ਸ੍ਰੀ ਅਮਰ ਦਾਸ ਜੀ ਗਾਗਰ ਲਿਆਉਂਦੇ ਸਮੇਂ ਤਿਲਕੇ ਸਨ।

Merger in God

ਜੋਤੀ ਜੋਤਿ ਸਮਾਉਣਾ

Merger in God

In the morning congregation on the 29th March, 1552 A.D., Guru Angad Dev told the devotees, "Before my merger in God, I want to entrust the responsibility of leading the Sikhs to Sri Amar Dass." Sri Amar Dass was busy in the construction of Goindwal at that time. When Guru Angad Dev's sons heard about the Guruship being bestowed upon one in service of the Guru, they showed great resentment. The Guru explained to them, "Sons! this is a great service and you shall not be able to carry out this responsibility. In the way Guru Nanak placed this responsibility on a disciple in preference to his sons, I am placing this burden on him thinking him to be capable of carrying it."

The Guru sent a Sikh to Goindwal to call Sri Amar Dass. On reaching Khadur, Sri Amar Dass came to know that he was being made the Guru. He prayed to Guru Angad Dev, "I am a Sewadar (servant). Let me remain a Sewadar." The Guru said, "I do not see anyone else who can carry out this responsibility properly. As such I am handing over this responsibility to you." Taking it as a command from the Guru, Sri Amar Dass agreed after that.

At the bidding of the Guru, Baba Budha brought water in the metallic pitcher that had been used for eleven years by Sri Amar Dass to carry water for the bath of Guru Angad Dev. Guru Angad Dev bathed Sri Amar Dass with his own hands, got him ready and made him sit on the seat of the Guru. After that, he himself paid obeisance to Guru Amar Dass first and then asked the rest of the devotees to bow before him and said, "He is an embodiment of mine. From now on he is the Guru of all of you." All except the two sons of Guru Angad Dev, bowed before Guru Amar Dass but the sons refused to accept a servant as Guru. They further said, "A servant has usurped our right." On hearing these words from his sons, the Guru turned them out.

After handing over the responsibility of leading the Sikhs, Guru Angad Dev ordered the devotees, "On my merger in God, there should be no mourning of any kind. Hold congregation and recite the Word." After this he lay down covering himself with a sheet and merged into the Infinite. His body was cremated at the place in front of the house of the weaver, where Sri Amar Dass had slipped while bringing water for his Guru.

Early Life

ਮੁੱਢਲਾ ਜੀਵਨ

ਮੁੱਢਲਾ ਜੀਵਨ

ਗੁਰੂ ਅਮਰ ਦਾਸ ਜੀ ਦਾ ਜਨਮ 5 ਮਈ, 1479 ਈਸਵੀ ਨੂੰ ਪਿੰਡ ਬਾਸਰਕੇ, ਜ਼ਿਲ੍ਹਾ ਅੰਮ੍ਰਿਤਸਰ ਵਿਚ ਹੋਇਆ। ਉਨ੍ਹਾਂ ਦੇ ਪਿਤਾ ਸ੍ਰੀ ਤੇਜ ਭਾਨ ਤੇ ਮਾਤਾ ਲਖਮੀ ਜੀ ਸਨ। ਉਨ੍ਹਾਂ ਦੇ ਪਿਤਾ ਪਿੰਡ ਵਿਚ ਖੇਤੀਬਾੜੀ ਤੇ ਕੁਝ ਵਪਾਰ ਆਦਿ ਦਾ ਕੰਮ ਕਰਦੇ ਸਨ। 1503 ਈਸਵੀ ਵਿਚ ਉਨ੍ਹਾਂ ਦੀ ਸ਼ਾਦੀ, ਦੇਵੀ ਚੰਦ ਖੱਤਰੀ ਦੀ ਬੇਟੀ ਰਾਮ ਕੌਰ ਨਾਲ ਹੋਈ। ਉਨ੍ਹਾਂ ਦੇ ਘਰ ਦੋ ਲੜਕੇ, ਬਾਬਾ ਮੋਹਨ ਜੀ ਤੇ ਬਾਬਾ ਮੋਹਰੀ ਜੀ ਅਤੇ ਦੋ ਲੜਕੀਆਂ, ਬੀਬੀ ਭਾਨੀ ਜੀ ਤੇ ਬੀਬੀ ਦਾਨੀ ਜੀ ਨੇ ਜਨਮ ਲਿਆ।

ਸ੍ਰੀ ਅਮਰ ਦਾਸ ਜੀ ਆਪਣੇ ਪਿਤਾ ਦੀ ਤਰ੍ਹਾਂ ਹਿੰਦੂ ਧਰਮ ਦੇ ਕਰਮ-ਕਾਂਡ ਨੂੰ ਬੜੀ ਸ਼ਰਧਾ ਨਾਲ ਨਿਭਾਉਂਦੇ ਸਨ। ਵੇਦਾਂ ਦੇ ਮੰਤਰਾਂ ਦਾ ਜਾਪ, ਬ੍ਰਾਹਮਣਾਂ ਨੂੰ ਹਰ ਦਿਨ-ਤਿਉਹਾਰ ਸਮੇਂ ਦਾਨ ਕਰਨਾ, ਦੇਵੀ ਦੇਵਤਿਆਂ ਦੀ ਪੂਜਾ, ਸਾਰੇ ਦਿਨ-ਤਿਉਹਾਰ ਉਚ-ਨੀਚ ਦੇ ਆਧਾਰ 'ਤੇ ਮਨਾਉਣੇ, ਉਨ੍ਹਾਂ ਦਾ ਹਰ ਰੋਜ਼ ਦਾ ਨੇਮ ਬਣਿਆ ਹੋਇਆ ਸੀ। ਪਿਛਲੇ ਕੀਤੇ ਕਰਮਾਂ ਦੇ ਪਾਪਾਂ ਦਾ ਫਲ ਧੋਣ ਲਈ, ਉਹ ਪਹਿਲੀ ਵਾਰੀ 42 ਸਾਲਾਂ ਦੀ ਉਮਰ ਵਿਚ ਹਰਿਦੁਆਰ ਤੇ ਹੋਰ ਤੀਰਥਾਂ ਦੇ ਇਸ਼ਨਾਨ ਲਈ ਗਏ। ਉਸ ਪਿੱਛੋਂ ਉਨ੍ਹਾਂ ਨੇ ਹਰ ਸਾਲ ਤੀਰਥਾਂ ਦੇ ਇਸ਼ਨਾਨ ਦਾ ਨੇਮ ਬਣਾ ਲਿਆ। 1541 ਈਸਵੀ ਵਿਚ ਜਦੋਂ ਉਹ ਇੱਕੀਵੀਂ ਵਾਰੀ ਤੀਰਥਾਂ ਦਾ ਇਸ਼ਨਾਨ ਕਰ ਕੇ ਵਾਪਸ ਆ ਰਹੇ ਸੀ, ਤਾਂ ਉਹ ਸੜਕ ਦੇ ਕਿਨਾਰੇ ਵੱਸੇ ਹੋਏ ਪਿੰਡ ਮੇਹੜੇ, ਜ਼ਿਲ੍ਹਾ ਮੁਲਾਣਾ ਵਿਚ ਦੁਰਗੇ ਬ੍ਰਾਹਮਣ ਦੇ ਵਿਸ਼ਰਾਮ-ਘਰ ਵਿਚ ਠਹਿਰੇ। ਉਹ ਦੁਪਹਿਰ ਵੇਲੇ ਇਕ ਪਲੰਘ ਉੱਪਰ ਲੇਟੇ ਆਰਾਮ ਕਰ ਰਹੇ ਸਨ। ਸਬੱਬ ਨਾਲ ਉਸ ਬ੍ਰਾਹਮਣ ਦੀ ਨਿਗ੍ਹਾ ਉਨ੍ਹਾਂ ਦੇ ਚਰਨਾਂ ਦੀਆਂ ਰੇਖਾਵਾਂ ਉੱਪਰ ਗਈ।

ਦੁਰਗੇ ਬ੍ਰਾਹਮਣ ਨੂੰ ਪੈਰਾਂ ਦੀਆਂ ਰੇਖਾਵਾਂ ਦਾ ਕਾਫ਼ੀ ਗਿਆਨ ਸੀ। ਉਸਨੇ ਸ੍ਰੀ ਅਮਰ ਦਾਸ ਜੀ ਨੂੰ ਦੱਸਿਆ, "ਆਪ ਦੇ ਚਰਨਾਂ ਦੀਆਂ ਰੇਖਾਵਾਂ ਦੱਸਦੀਆਂ ਹਨ ਕਿ ਆਪ ਕਿਸੇ ਸਮੇਂ ਵੱਡੇ ਮਹਾਂਪੁਰਖ ਹੋਵੋਗੇ।" ਬ੍ਰਾਹਮਣ ਦੀ ਇਸ ਭਵਿਖਬਾਣੀ ਦਾ, ਵਿਸ਼ਰਾਮ-ਘਰ ਵਿਚ ਠਹਿਰੇ ਹੋਏ ਹੋਰ ਯਾਤਰੂਆਂ ਉੱਪਰ ਬਹੁਤ ਅਸਰ ਹੋਇਆ। ਉਨ੍ਹਾਂ ਵਿੱਚੋਂ ਇੱਕ ਬ੍ਰਹਮਚਾਰੀ ਸਾਧੂ, ਸ੍ਰੀ ਅਮਰ ਦਾਸ ਜੀ ਨੂੰ ਚੰਗਾ ਭਗਤ ਜਾਣ ਕੇ ਇਨ੍ਹਾਂ ਦਾ ਸਾਥੀ ਬਣ ਗਿਆ ਅਤੇ ਉਨ੍ਹਾਂ ਦੇ ਹੱਥ ਦਾ ਪੱਕਿਆ ਖਾਣਾ ਉਹ ਖਾਣ ਲੱਗ ਗਿਆ। ਉਹ ਪਹਿਲਾਂ ਕਿਸੇ ਹੋਰ ਦੇ ਹੱਥ ਦਾ ਪੱਕਿਆ ਖਾਣਾ ਨਹੀਂ ਸੀ ਖਾਂਦਾ, ਖ਼ੁਦ ਆਪ ਹੀ ਪਕਾ ਕੇ ਖਾਂਦਾ ਸੀ। ਸਾਧੂ ਤੇ ਸ੍ਰੀ ਅਮਰ ਦਾਸ ਜੀ, ਮੇਹੜੇ ਪਿੰਡ ਤੋਂ ਚਲ ਕੇ, ਰਸਤੇ ਵਿਚ ਇਕੱਠੇ ਰਾਤਾਂ ਇੱਕੋ ਥਾਂ ਗੁਜ਼ਾਰਦੇ ਤੇ ਇੱਕ ਦੂਜੇ ਦਾ ਸਾਥ ਦਿੰਦੇ ਬਾਸਰਕੇ ਪਿੰਡ ਪੁੱਜ ਗਏ।

ਸ੍ਰੀ ਅਮਰ ਦਾਸ ਜੀ ਪਾਸ ਕੁਝ ਦਿਨ ਆਰਾਮ ਕਰ ਕੇ, ਜਾਣ ਲੱਗਿਆਂ ਬ੍ਰਹਮਚਾਰੀ ਸਾਧੂ ਨੇ ਸ੍ਰੀ ਅਮਰ ਦਾਸ ਜੀ ਨੂੰ ਪੁੱਛਿਆ, "ਆਪ ਦਾ ਗੁਰੂ ਕੌਣ ਹੈ?" ਅੱਗੋਂ ਸ੍ਰੀ ਅਮਰ ਦਾਸ ਜੀ ਨੇ ਉੱਤਰ ਦਿੱਤਾ, "ਮੈਂ ਅਜੇ ਕੋਈ ਗੁਰੂ ਧਾਰਨ ਨਹੀਂ ਕੀਤਾ।" ਇਹ ਉੱਤਰ ਸੁਣ ਕੇ ਬ੍ਰਹਮਚਾਰੀ ਸਾਧੂ ਸ੍ਰੀ ਅਮਰ ਦਾਸ ਜੀ ਉੱਪਰ ਬਹੁਤ ਖ਼ਫ਼ਾ ਹੋਇਆ ਤੇ ਉਸਨੇ ਕਿਹਾ, "ਮੈਂ ਇੱਕ ਨਿਗੁਰੇ ਦੇ ਹੱਥ ਦਾ ਪੱਕਿਆ ਖਾਂਦਾ ਰਿਹਾ ਹਾਂ। ਮੇਰਾ ਜ਼ਿੰਦਗੀ ਭਰ ਦਾ ਕੀਤਾ ਤਪ ਨਸ਼ਟ ਹੋ ਗਿਆ। ਮੇਰੀ ਤੀਰਥ-ਯਾਤਰਾ ਸਭ ਨਿਸਫਲ ਹੋ ਗਈ। ਮੇਰਾ ਹੁਣ ਤੱਕ ਦਾ ਜੀਵਨ ਅਕਾਰਥ ਚਲਿਆ ਗਿਆ।" ਇਹ ਕਹਿ ਕੇ ਬ੍ਰਹਮਚਾਰੀ ਸਾਧੂ ਚਲਿਆ ਗਿਆ ਪਰ ਸ੍ਰੀ ਅਮਰ ਦਾਸ ਜੀ ਨੂੰ ਬੜੀ ਸੋਚ ਵਿਚ ਪਾ ਗਿਆ।

Early Life

Guru Amar Dass was born on the 5th May, 1479 A.D., at village Basarke in Amritsar district. His father's name was Sri Tej Bhan and mother's Lakhmi. His father did some farming and trade. He was married to Ram Kaur, daughter of Devi Chand Khatri in 1503 A.D. He had two sons, Baba Mohan and Baba Mohri and two daughters, Bibi Bhani and Bibi Dani.

Like his father, Sri Amar Dass carried on the rituals of the Hindu faith with great devotion. It had become part of his daily life to recite Vedic 'Mantras', give charity to Brahmins, worship of gods and goddesses, celebration of each festival and discrimination on account of caste system. At the age of 42, he went for the first time for a holy dip to Hardwar and other holy places to wash away the wages of previous sins of his life. After that, he made it a routine to go on a pilgrimage every year. In 1541 A.D., when he was returning from his 21st pilgrimage, he stayed in the inn of Durga Brahmin on the road side village Mehre in district Mulana. He was resting on a bed in the afternoon. By chance that Brahmin saw the lines on his feet.

Durga Brahmin could read the fate from the lines on the feet. He told Sri Amar Dass, "The lines on your feet foretell that you will be a great saint some day." This prophecy of the Brahmin had a great effect on other travellers staying in that inn. One celibate ascetic out of them became his companion, thinking him to be a saint. The ascetic used to avoid to take food cooked by anyone else. He used to cook himself. In the new company, he began to share food cooked by Sri Amar Dass. Leaving village Mehre and staying for the nights at the same places, the ascetic accompanied Sri Amar Dass to Basarke.

After staying for a few days with Sri Amar Dass, the ascetic, while taking leave asked him, "Who is your guru (spiritual teacher)?" Sri Amar Dass replied, "I have not adopted a guru yet." At this the ascetic was very angry with Sri Amar Dass and said, "I have been taking food from one without a guru. All the penance of my life has gone waste. All my pilgrimages have become fruitless. All my life uptill now has become useless." Having said this, the celibate ascetic departed but left Sri Amar Dass very pensive.

ਗੁਰ-ਦਰਸ਼ਨਾਂ ਦੀ ਤਾਂਘ

ਸ੍ਰੀ ਅਮਰ ਦਾਸ ਜੀ ਨਾਲ ਹਰਿਦੁਆਰ ਤੋਂ ਆਇਆ ਸਾਧੂ, ਕੁਝ ਦਿਨ ਰਹਿ ਕੇ ਜਾਣ ਲੱਗਾ ਬੜਾ ਨਿਰਾਸ ਹੋ ਕੇ ਗਿਆ। ਉਸਦੇ ਜਾਣ ਪਿੱਛੋਂ ਸ੍ਰੀ ਅਮਰ ਦਾਸ ਨੂੰ ਮਹਿਸੂਸ ਹੋਇਆ ਕਿ ਬ੍ਰਹਮਚਾਰੀ ਸਾਧੂ ਸੱਚਾ ਸੀ। ਜਿਸ ਪੁਰਸ਼ ਦਾ ਕੋਈ ਗੁਰੂ ਨਹੀਂ, ਉਸਨੂੰ ਆਤਮਕ ਅਨੰਦ ਕਿਵੇਂ ਮਿਲ ਸਕਦਾ ਹੈ। ਉਸਦਾ ਮਨ ਕਿਵੇਂ ਸ਼ਾਂਤ ਹੋ ਸਕਦਾ ਹੈ। ਪੂਰਨ ਅਨੰਦ ਲਈ ਆਤਮਕ ਗੁਰੂ ਦੀ ਲੋੜ ਹੈ, ਜਿਵੇਂ ਹੋਰ ਕਾਰ-ਵਿਹਾਰ ਸਿੱਖਣ ਲਈ ਗੁਰੂ ਦੀ ਲੋੜ ਹੁੰਦੀ ਹੈ। ਇਸ ਤਰ੍ਹਾਂ ਦੇ ਵਿਚਾਰ ਉਨ੍ਹਾਂ ਦੇ ਮਨ ਵਿਚ ਸਾਰੀ ਰਾਤ ਪੈਦਾ ਹੁੰਦੇ ਰਹੇ, ਜਿਸ ਕਾਰਨ ਉਨ੍ਹਾਂ ਨੂੰ ਇਕ ਪਲ ਭਰ ਵੀ ਨੀਂਦ ਨਾ ਆਈ। ਅੰਮ੍ਰਿਤ ਵੇਲੇ ਉਨ੍ਹਾਂ ਦੇ ਕੰਨਾਂ ਵਿਚ ਇਸ ਸ਼ਬਦ ਦੀ ਆਵਾਜ਼ ਪਈ:

ਕਰਣੀ ਕਾਗਦੁ ਮਨੁ ਮਸਵਾਣੀ ਬੁਰਾ ਭਲਾ ਦੁਇ ਲੇਖ ਪਏ ॥
ਜਿਉ ਜਿਉ ਕਿਰਤੁ ਚਲਾਏ ਤਿਉ ਚਲੀਐ ਤਉ ਗੁਣ ਨਾਹੀ ਅੰਤੁ ਹਰੇ ॥

(ਮਾਰੂ ਮ: ੧, ਘਰ ੧, ਪੰਨਾ ੯੯੦)

ਇਹ ਮਿੱਠੀ ਆਵਾਜ਼ ਗੁਰੂ ਅੰਗਦ ਦੇਵ ਜੀ ਦੀ ਪੁੱਤਰੀ ਬੀਬੀ ਅਮਰੋ ਦੀ ਸੀ, ਜਿਸ ਦੀ ਸ਼ਾਦੀ ਸ੍ਰੀ ਅਮਰ ਦਾਸ ਜੀ ਦੇ ਭਤੀਜੇ ਨਾਲ ਕੁਝ ਮਹੀਨੇ ਪਹਿਲਾਂ ਹੋਈ ਸੀ। ਸਾਰਾ ਸ਼ਬਦ ਸੁਣਨ ਪਿੱਛੋਂ, ਸ੍ਰੀ ਅਮਰ ਦਾਸ ਜੀ ਨੇ ਉਨ੍ਹਾਂ ਮਹਾਂਪੁਰਖਾਂ ਨੂੰ ਹੀ ਗੁਰੂ ਧਾਰਨ ਦਾ ਮਨ ਬਣਾ ਲਿਆ ਜਿਨ੍ਹਾਂ ਦਾ ਉਹ ਸ਼ਬਦ ਸੀ; ਕਿਉਂਕਿ ਸ਼ਬਦ ਵਿਚ ਦੱਸਿਆ ਗਿਆ ਹੈ ਕਿ ਜੀਵ ਦੇ ਕਰਮ ਕਾਗਜ਼ ਹਨ, ਜਿਨ੍ਹਾਂ ਉੱਪਰ ਉਹ ਸਿਆਹੀ-ਰੂਪੀ ਮਨ ਨਾਲ ਚੰਗੇ-ਮੰਦੇ ਕਰਮ ਲਿਖਦਾ ਰਹਿੰਦਾ ਹੈ। ਪਰਮਾਤਮਾ ਨੂੰ ਵਿਸਾਰਨ ਨਾਲ ਉਸਦੇ ਗੁਣ ਨਾਸ਼ ਹੋ ਜਾਂਦੇ ਹਨ। ਦਿਨ ਰਾਤ ਮਾਇਆ ਦੇ ਮੋਹ ਦੇ ਕਰਮ ਉਸ ਲਈ ਫਾਹੀਆ ਬਣਦੇ ਜਾਂਦੇ ਹਨ। ਉਨ੍ਹਾਂ ਫਾਹੀਆਂ ਵਿੱਚੋਂ ਉਹ ਕਿਵੇਂ ਛੁਟੇਗਾ। ਕਾਮ, ਕ੍ਰੋਧ, ਲੋਭ, ਮੋਹ ਤੇ ਹੰਕਾਰ, ਪੰਜ ਅਗਨੀਆਂ ਮਨ ਨੂੰ ਜਲਾ ਰਹੀਆਂ ਹਨ। ਉਸਦੇ ਪਾਪ, ਉੱਪਰੋਂ ਕੋਇਲੇ ਦਾ ਕੰਮ ਕਰ ਰਹੇ ਹਨ। ਇਸ ਤਰ੍ਹਾਂ ਦੇ ਸੜੇ ਹੋਏ ਮਨ-ਰੂਪੀ ਲੋਹੇ ਨੂੰ ਗੁਰੂ ਆਪਣੀ ਇੱਕ ਛੁਹ ਨਾਲ ਸੋਨੇ ਵਰਗਾ ਸ਼ੁੱਧ ਕਰ ਦਿੰਦਾ ਹੈ। ਗੁਰੂ ਜੀਵ ਨੂੰ ਨਾਮ ਦੇ ਦਿੰਦਾ ਹੈ, ਜਿਸ ਨਾਲ ਉਸਦਾ ਮਨ ਵਿਕਾਰਾਂ ਵੱਲੋਂ ਹਟ ਜਾਂਦਾ ਹੈ।

ਸ੍ਰੀ ਅਮਰ ਦਾਸ ਜੀ ਲਈ ਇਹ ਰਾਤ ਬੜੀ ਮੁਸ਼ਕਲ ਨਾਲ ਖ਼ਤਮ ਹੋਈ। ਦਿਨ ਚੜ੍ਹਨ ਉੱਪਰ ਉਨ੍ਹਾਂ ਬੀਬੀ ਅਮਰੋ ਪਾਸੋਂ ਉਸ ਸ਼ਬਦ ਬਾਰੇ ਪੁੱਛਿਆ। ਉਸਨੇ ਦੱਸਿਆ, "ਇਹ ਸ਼ਬਦ ਗੁਰੂ ਨਾਨਕ ਜੀ ਦੀ ਰਚੀ ਹੋਈ ਬਾਣੀ ਵਿੱਚੋਂ ਹੈ। ਗੁਰੂ ਨਾਨਕ ਦੇਵ ਜੀ ਜੋਤੀ ਜੋਤਿ ਸਮਾਉਣ ਤੋਂ ਪਹਿਲਾਂ ਆਪਣੀ ਗੁਰਗੱਦੀ ਦੀ ਜ਼ਿੰਮੇਵਾਰੀ, ਮੇਰੇ ਪਿਤਾ ਗੁਰੂ ਅੰਗਦ ਦੇਵ ਜੀ ਨੂੰ ਸੌਂਪ ਗਏ ਸਨ। ਅੱਜ-ਕੱਲ੍ਹ ਉਹ ਭੁੱਲੀ ਹੋਈ ਲੁਕਾਈ ਨੂੰ ਰਸਤਾ ਦਿਖਾ ਰਹੇ ਹਨ ਤੇ ਉਨ੍ਹਾਂ ਦਾ ਪ੍ਰਚਾਰ-ਅਸਥਾਨ ਖਡੂਰ ਸਾਹਿਬ ਹੈ।" ਸ੍ਰੀ ਅਮਰ ਦਾਸ ਜੀ ਨੇ ਬੀਬੀ ਅਮਰੋ ਨੂੰ ਨਾਲ ਲਿਆ ਤੇ ਖਡੂਰ ਸਾਹਿਬ ਪੁੱਜ ਕੇ ਗੁਰੂ ਅੰਗਦ ਦੇਵ ਜੀ ਦੇ ਚਰਨਾਂ ਉੱਪਰ ਸੀਸ ਧਰ ਕੇ ਬੇਨਤੀ ਕੀਤੀ, "ਮੇਰੇ ਉੱਪਰ ਕ੍ਰਿਪਾ ਕਰੋ। ਮੈਨੂੰ ਆਪਣਾ ਸਿੱਖ ਬਣਾ ਲਵੋ।" ਗੁਰੂ ਅੰਗਦ ਦੇਵ ਜੀ ਨੇ ਸ੍ਰੀ ਅਮਰ ਦਾਸ ਜੀ ਨੂੰ ਬਾਣੀ ਦੇ ਲੜ ਲਗਾ ਦਿੱਤਾ, ਉਸ ਸਮੇਂ ਉਨ੍ਹਾਂ ਦੀ ਉਮਰ 62 ਸਾਲਾਂ ਦੀ ਸੀ। ਉਨ੍ਹਾਂ ਦੀ ਵੱਡੀ ਉਮਰ ਨੇ ਬਾਣੀ ਦੇ ਲੜ ਲੱਗਣ ਅਤੇ ਸਿੱਖੀ ਧਾਰਨ ਕਰਨ ਵਿਚ ਕੋਈ ਰੁਕਾਵਟ ਨਾ ਪਾਈ। ਉਸ ਦਿਨ ਤੋਂ ਹੀ ਉਨ੍ਹਾਂ ਆਪਣੀ ਉੱਚੀ ਜਾਤ ਦਾ ਮਾਣ ਤਿਆਗ ਕੇ, ਹਰ ਆਏ ਪ੍ਰਾਣੀ ਦੀ ਸੇਵਾ ਕਰਨੀ ਸ਼ੁਰੂ ਕਰ ਦਿੱਤੀ ਤੇ ਹਰ ਪ੍ਰਾਣੀ ਨੂੰ ਆਪਣਾ ਭਰਾ ਸਮਝਣ ਲੱਗੇ।

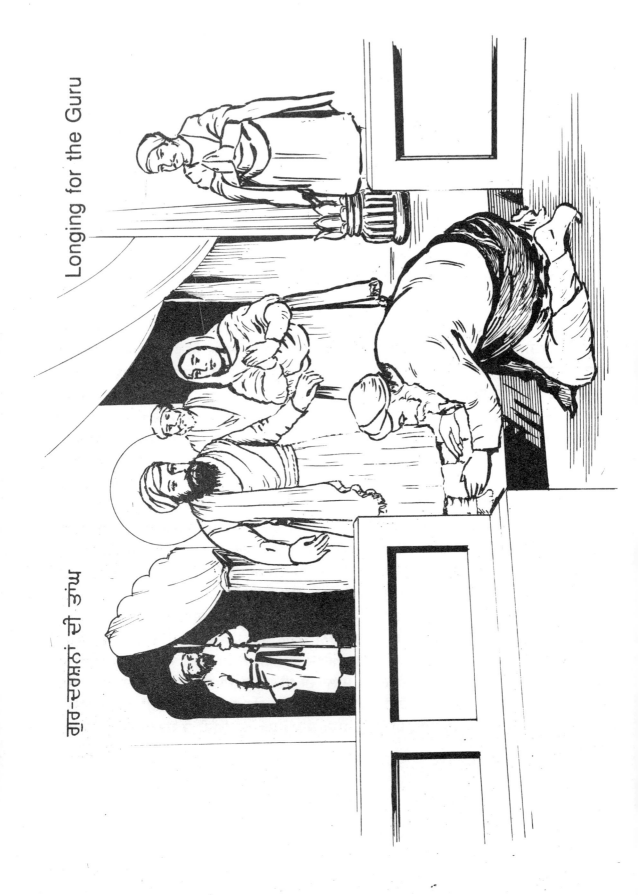

ਗੁਰ-ਦਰਸ਼ਨਾਂ ਦੀ ਤਾਂਘ

Longing for the Guru

Longing for the Guru

The celibate ascetic, who accompanied Sri Amar Dass from Hardwar, after staying for some days at Basarke, went away greatly disappointed. After his departure Sri Amar Dass felt, "The ascetic was right. A person who has no guru, cannot get spiritual bliss and his mind cannot attain peace. For complete bliss, one needs a spiritual guru just as one needs a teacher to learn other things." Thoughts like this kept on rising in his mind throughout the night due to which he could not get a wink of sleep. Early in the morning, he heard this hymn being sung:

> **Actions are the paper, the mind the ink.**
> **On this paper are recorded deeds good or bad.**
> **We move as guided by our actions.**
> **Endless are the qualities O' Lord.**

(Raag Maru M.1. p. 990)

This sweet voice was that of Bibi Amro, daughter of Guru Angad Dev, who had been married to the nephew of Sri Amar Dass a few months ago. After listening to the whole hymn, Sri Amar Dass decided to adopt that great man his guru who had composed that hymn, because in the hymn, it states that the deeds of a man are sheets of paper on which he writes good or bad words with the ink of his mind. By forgetting God his virtues are destroyed. Actions for the love of wealth become his shackles. How can he be free from those shackles? Five fires namely lust, anger, greed, attachment and pride are consuming the mind. His sins are acting like charcoal on it. The guru can convert this burnt mind like iron into gold with a mere touch. The guru gives him the Word (Formula) by which his mind is weared away from misdeeds.

Sri Amar Dass waited impatiently for the dawn. At day break, he asked Bibi Amro about that hymn. She told him, "This hymn was composed by Guru Nanak Dev. Before his merger in God, he had entrusted the responsibility of guiding the Sikhs to my father, Guru Angad Dev. He is showing the true path to the people gone astray and his headquarter is at Khadur." Sri Amar Dass took Bibi Amro with him. On reaching there, he placed his head at the feet of Guru Angad Dev and prayed, "Please be kind and accept me as your disciple." Guru Angad Dev bestowed upon him the awareness of the holy word. Sri Amar Dass was 62 at that time. His old age was no deterrent to his giving away to the holy word and becoming a Sikh. From that day on he shunned the pride of his high caste, started serving everyone who came there and began thinking everyone to be his brother.

ਸੇਵਾ ਦੀ ਲਗਨ

ਸ੍ਰੀ ਅਮਰ ਦਾਸ ਜੀ ਪਹਿਲੀ ਵਾਰੀ, 62 ਸਾਲਾਂ ਦੀ ਉਮਰ ਵਿਚ ਖਡੂਰ ਸਾਹਿਬ ਆਏ। ਗੁਰੂ ਅੰਗਦ ਦੇਵ ਜੀ ਦੇ ਦਰਸ਼ਨ ਕਰ ਕੇ, ਉਨ੍ਹਾਂ ਨੂੰ ਆਪਣਾ ਗੁਰੂ ਧਾਰਨ ਕਰਨ ਪਿੱਛੋਂ, ਖਡੂਰ ਸਾਹਿਬ ਗੁਰੂ-ਘਰ ਵਿਚ ਹੀ ਰਹਿਣ ਲੱਗੇ। ਉਨ੍ਹਾਂ ਦੇਖਿਆ ਕਿ ਗੁਰੂ ਜੀ ਦੇ ਦਰਸ਼ਨ ਕਰਨ ਆਈ ਸੰਗਤ ਆਪਣੇ ਆਪ ਸੇਵਾ ਸੰਭਾਲ ਲੈਂਦੀ ਸੀ, ਕਿਸੇ ਨੂੰ ਕਹਿਣ ਦੀ ਲੋੜ ਨਹੀਂ ਸੀ। ਕੋਈ ਲੰਗਰ ਦੇ ਜੂਠੇ ਬਰਤਨ ਸਾਫ਼ ਕਰਨ ਲੱਗ ਜਾਂਦਾ। ਕੋਈ ਜੰਗਲ ਵਿੱਚੋਂ ਲੱਕੜਾਂ ਕਟ ਕੇ ਲਿਆਉਂਦਾ ਸੀ। ਕੋਈ ਲੰਗਰ ਦੇ ਦੂਜੇ ਕੰਮ-ਕਾਰ ਕਰਨ ਲੱਗ ਜਾਂਦਾ ਸੀ। ਸ੍ਰੀ ਅਮਰ ਦਾਸ ਜੀ ਨੇ, ਭਾਈ ਜੋਧ ਰਸੋਈਏ ਨੂੰ ਬੇਨਤੀ ਕਰ ਕੇ, ਲੰਗਰ ਲਈ ਜਲ ਲਿਆਉਣ ਦੀ ਸੇਵਾ ਸੰਭਾਲ ਲਈ। ਜਿਸ ਦਿਨ ਤੋਂ ਸ੍ਰੀ ਅਮਰ ਦਾਸ ਜੀ ਨੇ ਪੰਗਤ ਵਿਚ ਬੈਠ ਕੇ ਲੰਗਰ ਛਕਣਾ ਸ਼ੁਰੂ ਕੀਤਾ, ਉਸੇ ਦਿਨ ਤੋਂ ਉਨ੍ਹਾਂ ਦੇ ਮਨ ਵਿੱਚੋਂ ਊਚ-ਨੀਚ ਦਾ ਭਰਮ ਤੇ ਖੱਤਰੀ ਹੋਣ ਦਾ ਮਾਣ ਨਿਕਲ ਗਿਆ। ਸਮਾਂ ਮਿਲਣ ਉੱਪਰ ਉਨ੍ਹਾਂ ਲੰਗਰ ਦੇ ਜੂਠੇ ਭਾਂਡੇ ਮਾਂਜਣ ਦੀ ਸੇਵਾ ਕਰਨੀ ਅਰੰਭ ਕਰ ਦਿੱਤੀ ਤੇ ਨਾਲ ਨਾਲ ਬਾਣੀ ਸੁਣਨ ਤੇ ਪੜ੍ਹਨ ਦਾ ਅਭਿਆਸ ਅਪਣਾ ਲਿਆ।

ਸ੍ਰੀ ਅਮਰ ਦਾਸ ਜੀ ਦੁਨਿਆਵੀ ਰਿਸ਼ਤਿਆਂ ਨੂੰ ਤਿਆਗ ਕੇ ਇੱਕ ਪੂਰਨ ਸਿੱਖ ਦੀ ਤਰ੍ਹਾਂ ਗੁਰੂ-ਘਰ ਦੀ ਸੇਵਾ ਕਰਨ ਵਿਚ ਰੁੱਝ ਗਏ। ਉਨ੍ਹਾਂ ਗੁਰੂ ਜੀ ਲਈ ਅੰਮ੍ਰਿਤ ਵੇਲੇ ਦੇ ਇਸ਼ਨਾਨ ਲਈ, ਗੁਰੂ ਦੇ ਖੂਹ ਤੋਂ ਪਾਣੀ ਦੀ ਗਾਗਰ ਲਿਆਉਣ ਦੀ ਜ਼ਿੰਮੇਵਾਰੀ ਵੀ ਸੰਭਾਲ ਲਈ। ਉਨ੍ਹਾਂ ਨੂੰ ਗੁਰੂ-ਘਰ ਦੀ ਸੇਵਾ ਕਰਦਿਆਂ ਦਸ ਗਿਆਰਾਂ ਸਾਲ ਬੀਤ ਗਏ। 1552 ਈਸਵੀ ਵਿਚ ਜਦੋਂ ਉਨ੍ਹਾਂ ਦੀ ਉਮਰ 73 ਸਾਲਾਂ ਦੀ ਸੀ, ਇੱਕ ਦਿਨ ਅੰਮ੍ਰਿਤ ਵੇਲੇ ਹਨੇਰੇ ਹੀ, ਉਹ ਮੀਂਹ ਪੈਂਦੇ ਵਿਚ ਸਿਰ ਉੱਪਰ ਪਾਣੀ ਦੀ ਗਾਗਰ ਰਖ ਕੇ ਪਿੰਡ ਦੇ ਜੁਲਾਹੇ ਦੇ ਘਰ ਅੱਗੋਂ ਦੀ ਲੰਘ ਰਹੇ ਸਨ ਕਿ ਉਨ੍ਹਾਂ ਦੇ ਪੈਰ ਨੂੰ ਜੁਲਾਹੇ ਦੇ ਘਰ ਅੱਗੇ ਗੱਡੇ ਹੋਏ ਕਿੱਲੇ ਨਾਲ ਠੁੱਡਾ ਲੱਗਾ, ਜਿਸ ਨਾਲ ਉਹ ਤਿਲਕ ਗਏ। ਉਨ੍ਹਾਂ ਦੇ ਡਿੱਗਣ ਦਾ ਖੜਕਾ ਸੁਣ ਕੇ ਜੁਲਾਹੇ ਨੇ ਅੰਦਰੋਂ ਹੀ ਪੁੱਛਿਆ, "ਤੂੰ ਕਿਹੜਾ ਏਂ, ਸਵੇਰੇ ਸਵੇਰੇ ਹਨੇਰੇ ਵਿਚ ਮੇਰੇ ਘਰ ਅੱਗੇ ਚੱਕਰ ਮਾਰਨ ਵਾਲਾ ?" ਜੁਲਾਹੀ ਨੇ ਜੁਲਾਹੇ ਨੂੰ ਚੁੱਪ ਕਰਾਉਂਦੇ ਹੋਏ ਕਿਹਾ, "ਇਸ ਤਰ੍ਹਾਂ ਦੇ ਮੀਂਹ ਵਿਚ ਅਮਰੂ ਨਿਥਾਵੇਂ ਤੋਂ ਬਿਨਾਂ ਹੋਰ ਕਿਹੜਾ ਹੋ ਸਕਦਾ ਹੈ। ਤੂੰ ਚੁੱਪ ਕਰ ਕੇ ਸੌਂ ਜਾ।" ਜੁਲਾਹੀ ਦੀ ਆਵਾਜ਼ ਸੁਣ ਕੇ ਸ੍ਰੀ ਅਮਰ ਦਾਸ ਜੀ ਨੇ ਉੱਤਰ ਦਿੱਤਾ, "ਤੂੰ ਝੱਲੀ ਏਂ। ਮੈਂ ਨਿਥਾਵਾਂ ਨਹੀਂ। ਮੈਂ ਉਸ ਗੁਰੂ ਦੀ ਸ਼ਰਨ ਵਿਚ ਹਾਂ ਜਿਹੜਾ ਸਾਰੀ ਦੁਨੀਆ ਦਾ ਮਾਲਕ ਹੈ।" ਇਹ ਬਚਨ ਕਰ ਕੇ ਸ੍ਰੀ ਅਮਰ ਦਾਸ ਜੀ ਪਾਣੀ ਦੀ ਗਾਗਰ ਲੈ ਕੇ ਧਰਮਸਾਲਾ ਪੁੱਜ ਗਏ ਤੇ ਗੁਰੂ ਜੀ ਨੂੰ ਇਸ਼ਨਾਨ ਕਰਵਾਇਆ।

ਜਿਨ੍ਹਾਂ ਨੇ ਸੱਚ ਅਪਣਾ ਲਿਆ ਹੋਵੇ, ਉਨ੍ਹਾਂ ਦਾ ਬੋਲਿਆ ਸਦਾ ਸੱਚ ਹੁੰਦਾ ਹੈ। ਸ੍ਰੀ ਅਮਰ ਦਾਸ ਜੀ ਉਨ੍ਹਾਂ ਵਿੱਚੋਂ ਇੱਕ ਸਨ। ਉਨ੍ਹਾਂ ਨੇ ਸਹਿਜ ਸੁਭਾ ਜੁਲਾਹੀ ਨੂੰ ਕਿਹਾ ਸੀ ਕਿ ਤੂੰ ਝੱਲੀ ਏਂ। ਉਨ੍ਹਾਂ ਦਾ ਕਹਿਣਾ ਸੱਚ ਹੋਣਾ ਹੀ ਸੀ। ਉਸ ਪਿੱਛੋਂ ਜੁਲਾਹੀ ਝੱਲਿਆਂ ਵਾਲੀਆਂ ਹਰਕਤਾਂ ਕਰਨ ਲੱਗ ਪਈ। ਅੰਮ੍ਰਿਤ ਵੇਲੇ ਦੇ ਦੀਵਾਨ ਵਿਚ ਜੁਲਾਹਾ ਉਸਨੂੰ ਨਾਲ ਲੈ ਕੇ ਗੁਰੂ ਜੀ ਅੱਗੇ ਹਾਜ਼ਰ ਹੋ ਗਿਆ। ਗੁਰੂ ਜੀ ਨੂੰ ਜੁਲਾਹੇ ਨੇ ਸਵੇਰ ਦੀ ਵਾਪਰੀ ਘਟਨਾ ਸੁਣਾ ਕੇ ਬੇਨਤੀ ਕੀਤੀ, "ਸਾਡੀ ਭੁੱਲ ਬਖ਼ਸ਼ੀ ਜਾਵੇ ਤੇ ਮੇਰੀ ਜੁਲਾਹੀ ਨੂੰ ਠੀਕ ਕੀਤਾ ਜਾਵੇ।" ਗੁਰੂ ਜੀ ਨੇ ਸਾਰੀ ਸੰਗਤ ਨੂੰ ਕਿਹਾ, "ਕਦੇ ਵੀ ਕਿਸੇ ਲਈ ਆਪਣੇ ਮੂੰਹ ਤੋਂ ਬੁਰੇ ਬਚਨ ਨਾ ਕੱਢੋ।" ਗੁਰੂ ਜੀ ਨੇ ਜੁਲਾਹੀ ਦੀ ਭੁੱਲ ਬਖ਼ਸ਼ ਦਿੱਤੀ ਤੇ ਉਹ ਠੀਕ ਹੋ ਗਈ।

Devotion to Service

Sri Amar Dass came to Khadur for the first time at the age of 62. Having accepted Guru Angad Dev as Guru, he started living in the Guru's institution. He saw that the devotees who came for audience with the Guru, took up service on their own accord. Some started cleaning utensils in the community kitchen. Some would bring fire-wood from the forest while others took up other odd jobs. Sri Amar Das asked Bhai Jodh, the cook and took up the service of bringing water for the Langar (community kitchen). From the day Sri Amar Dass started taking meals in pangat (sitting together for meals) the illusion of low and high caste and pride of being a Khatri left his mind. When he got time, he took up cleaning utensils, at the same time applying his mind to listen and recite the Guru's word.

Sri Amar Dass gave up the worldly relationship and like a thorough Sikh, got busy in the service of the Guru's institution. He also took up the responsibility to bring water from the well for the morning bath of the Guru. He went on serving the Guru's institution for ten or eleven years. In 1552 A.D., when he was 73, he was passing by the village-weaver's house early one morning in the pouring rain with the metallic pitcher of water on his head. In the dark his foot hit a wooden peg in front of the weaver's house and he slipped. At the sound of his fall the weaver called from inside, "Who is it at this early hour ?" The weaver's wife, telling him to calm down said, "Who else can it be at this time in pouring rain but the homeless Amroo ? Be quiet and go to sleep." Listening to her words, Sri Amar Dass said, "You are mad. I am not homeless. I am under the shelter of the Guru who is the lord of the whole world." Saying this, Sri Amar Dass came to the institution with the water and helped the Guru to take bath.

The words of those who have embraced the truth always come true. Sri Amar Dass was one of them. He had casually said to the weaver woman, "You are mad." These words of his had to come true. After this episode, she started behaving like mad people. The weaver presented himself in the morning congregation before the Guru taking her along. The weaver narrated to the Guru all that had taken place early that morning and prayed, "May my mistake be forgiven and my wife be cured." The Guru advised the congregation, "Never speak bad words for anybody." The Guru pardoned the weaver woman and she got well.

ਗੁਰਗੱਦੀ ਲਈ ਵਿਰੋਧਤਾ

29 ਮਾਰਚ, 1552 ਈਸਵੀ ਨੂੰ ਗੁਰੂ ਅੰਗਦ ਦੇਵ ਜੀ ਨੇ, ਗੁਰਗੱਦੀ ਦੀ ਜ਼ਿੰਮੇਵਾਰੀ ਸ੍ਰੀ ਅਮਰ ਦਾਸ ਜੀ ਨੂੰ ਗੁਰੂ ਥਾਪ ਕੇ ਸੌਂਪ ਦਿੱਤੀ ਤੇ ਉਨ੍ਹਾਂ ਨੂੰ ਗੁਰਮਤਿ-ਪ੍ਰਚਾਰ ਦਾ ਅਸਥਾਨ, ਖਡੂਰ ਸਾਹਿਬ ਤੋਂ ਗੋਇੰਦਵਾਲ ਲੈ ਜਾਣ ਦਾ ਹੁਕਮ ਕਰ ਦਿੱਤਾ। ਬਾਬਾ ਬੁੱਢਾ ਜੀ ਤੇ ਗੁਰੂ-ਘਰ ਦੇ ਹੋਰ ਪ੍ਰੇਮੀ ਸਿੱਖ ਗੁਰੂ ਅਮਰ ਦਾਸ ਜੀ ਨਾਲ ਗੋਇੰਦਵਾਲ ਚਲੇ ਗਏ। ਸਿੱਖ ਸੰਗਤਾਂ ਗੁਰੂ ਦੇ ਦਰਸ਼ਨਾਂ ਲਈ ਗੋਇੰਦਵਾਲ ਪੁੱਜਣ ਲੱਗੀਆਂ। ਗੁਰੂ ਅੰਗਦ ਦੇਵ ਜੀ ਦਾ ਪੁੱਤਰ ਦਾਸੂ, ਖਡੂਰ ਸਾਹਿਬ ਗੁਰੂ ਬਣ ਕੇ ਬੈਠ ਗਿਆ। ਉਸਦੇ ਦਰਸ਼ਨਾਂ ਲਈ ਕੋਈ ਵੀ ਸਿੱਖ ਨਾ ਪੁੱਜਿਆ ਤਾਂ ਉਸਨੂੰ ਗੁਰੂ ਅਮਰ ਦਾਸ ਜੀ ਉੱਪਰ ਬਹੁਤ ਗੁੱਸਾ ਆਇਆ। ਮਾਤਾ ਖੀਵੀ ਨੇ ਪੁੱਤਰਾਂ ਨੂੰ ਦੱਸਿਆ, "ਗੁਰਗੱਦੀ ਕੋਈ ਵਿਰਸੇ ਦੀ ਜਾਇਦਾਦ ਨਹੀਂ। ਗੁਰੂ ਨਾਲ ਵੈਰ ਕਰਨਾ ਵੱਡੀ ਮੂਰਖਤਾ ਹੈ।" ਮਾਤਾ ਖੀਵੀ ਦੇ ਸਮਝਾਉਣ ਉੱਪਰ ਦਾਸੂ ਨੇ ਗੁਰਗੱਦੀ ਪ੍ਰਾਪਤ ਕਰਨ ਦੀ ਜ਼ਿਦ ਛੱਡ ਦਿੱਤੀ, ਪਰ ਦੂਜੇ ਪੁੱਤਰ ਦਾਤੂ ਉੱਪਰ ਮਾਤਾ ਖੀਵੀ ਦੀ ਸਿੱਖਿਆ ਦਾ ਕੋਈ ਅਸਰ ਨਾ ਹੋਇਆ।

ਗੁਰੂ ਅਮਰ ਦਾਸ ਜੀ ਨੇ ਗੋਇੰਦਵਾਲ ਤੋਂ, ਸਿੱਖੀ ਦੇ ਪ੍ਰਚਾਰ ਲਈ, ਦੂਰ ਦੂਰ ਦੇ ਇਲਾਕਿਆਂ ਵਿਚ ਆਪਣੇ ਸਿੱਖ ਭੇਜਣੇ ਸ਼ੁਰੂ ਕਰ ਦਿੱਤੇ। ਉਸ ਪ੍ਰਚਾਰ ਦਾ ਅਸਰ ਇਹ ਹੋਇਆ ਕਿ ਤਿੰਨ ਚਾਰ ਸਾਲਾਂ ਵਿਚ ਗੁਰੂ-ਘਰ ਦੇ ਸ਼ਰਧਾਲੂਆਂ ਦੀ ਗਿਣਤੀ ਬਹੁਤ ਵਧ ਗਈ। ਜਿਵੇਂ ਜਿਵੇਂ ਸਿੱਖਾਂ ਦੀ ਗਿਣਤੀ ਵਧਦੀ ਜਾਂਦੀ ਸੀ, ਤਿਵੇਂ ਤਿਵੇਂ ਬ੍ਰਾਹਮਣਾਂ ਦਾ ਸਤਿਕਾਰ ਜਨਤਾ ਵਿਚ ਘਟਦਾ ਜਾਂਦਾ ਸੀ, ਕਿਉਂਕਿ ਸਿੱਖਾਂ ਵਿਚ ਬ੍ਰਾਹਮਣਾਂ ਦੀ ਪੈਦਾ ਕੀਤੀ ਛੂਤ-ਛਾਤ ਤੇ ਜਾਤ-ਪਾਤ ਲਈ ਕੋਈ ਥਾਂ ਨਹੀਂ ਸੀ। ਬ੍ਰਾਹਮਣਾਂ ਦੀ ਆਮਦਨ ਵੀ ਘਟਦੀ ਜਾਂਦੀ ਸੀ, ਕਿਉਂਕਿ ਸਿੱਖ ਉਨ੍ਹਾਂ ਦੇ ਦਿਨ-ਤਿਉਹਾਰ ਵੀ ਨਹੀਂ ਮਨਾਉਂਦੇ ਸਨ ਤੇ ਨਾ ਹੀ ਕੋਈ ਦੱਛਣਾ ਦਿੰਦੇ ਸਨ। 1556 ਈਸ਼ਵੀ ਵਿਚ ਕੁਝ ਬ੍ਰਾਹਮਣਾਂ ਨੇ ਸਲਾਹ ਕਰ ਕੇ ਦਾਤੂ ਨੂੰ ਆਪਣੇ ਨਾਲ ਗੰਢ ਲਿਆ ਤੇ ਉਸਨੂੰ ਕਿਹਾ, "ਅਸੀਂ ਗੁਰੂ ਅਮਰ ਦਾਸ ਨੂੰ ਗੱਦੀ ਤੋਂ ਲਾਹ ਕੇ ਤੈਨੂੰ ਗੁਰੂ ਬਣਾ ਸਕਦੇ ਹਾਂ।"

ਦਾਤੂ ਬ੍ਰਾਹਮਣਾਂ ਦੀ ਚੁੱਕ ਵਿਚ ਆ ਗਿਆ। ਉਹ ਆਪਣੇ ਕੁਝ ਝੋਲੀਚੁੱਕ ਬ੍ਰਾਹਮਣਾਂ ਨੂੰ ਨਾਲ ਲੈ ਕੇ, ਗੋਇੰਦਵਾਲ ਵਿਖੇ ਗੁਰੂ ਅਮਰ ਦਾਸ ਜੀ ਦੇ ਸਜੇ ਹੋਏ ਦੀਵਾਨ ਵਿਚ ਪਹੁੰਚ ਗਿਆ। ਦਾਤੂ ਤੇ ਬ੍ਰਾਹਮਣਾਂ ਨੇ ਜਦੋਂ ਦੀਵਾਨ ਦੀ ਸੋਭਾ ਤੇ ਰੌਣਕ ਦੇਖੀ ਤਾਂ ਉਨ੍ਹਾਂ ਦੇ ਮਨ ਵਿਚ ਗੁਰੂ ਜੀ ਵਿਰੁੱਧ ਈਰਖਾ ਹੋਰ ਵਧ ਗਈ। ਗੁੱਸੇ ਵਿਚ ਆਏ ਦਾਤੂ ਨੇ ਦੀਵਾਨ ਵਿਚ ਚੌਕੀ ਉੱਪਰ ਬੈਠੇ ਗੁਰੂ ਜੀ ਦੀ ਪਿੱਠ ਵਿਚ ਲੱਤ ਮਾਰ ਕੇ ਉਨ੍ਹਾਂ ਨੂੰ ਚੌਕੀ ਤੋਂ ਥੱਲੇ ਸੁੱਟ ਦਿੱਤਾ ਤੇ ਆਪ ਚੌਕੀ ਉੱਪਰ ਗੁਰੂ ਬਣ ਕੇ ਬੈਠ ਗਿਆ। ਗੁਰੂ ਜੀ ਨੇ ਦਾਤੂ ਦਾ ਪੈਰ ਫੜ ਕੇ, ਘੁੱਟਦੇ ਹੋਏ ਕਿਹਾ, "ਦਾਤੂ ਜੀ, ਮੇਰੇ ਬੁੱਢੇ ਸਰੀਰ ਦੇ ਹੱਡਾਂ ਨਾਲ ਆਪ ਦੇ ਨਰਮ ਪੈਰ ਨੂੰ ਕੋਈ ਚੋਟ ਤਾਂ ਨਹੀਂ ਵੱਜੀ ?" ਅੱਗੋਂ ਦਾਤੂ ਨੇ ਆਖਿਆ, "ਮੈਂ ਇਸ ਗੁਰਗੱਦੀ ਦਾ ਵਾਰਿਸ ਆ ਗਿਆ ਹਾਂ। ਆਪ ਚੁਪ ਕਰ ਕੇ ਪਿੰਡ ਛੱਡ ਕੇ ਚਲੇ ਜਾਵੋ।"

ਗੁਰੂ ਜੀ ਰਾਤੋ ਰਾਤ ਗੋਇੰਦਵਾਲ ਤੋਂ ਬਾਸਰਕੇ ਪਿੰਡ ਚਲੇ ਗਏ। ਗੁਰੂ ਜੀ ਦੇ ਜਾਣ ਪਿੱਛੋਂ, ਸੰਗਤਾਂ ਵੀ ਆਪਣੇ ਆਪਣੇ ਘਰਾਂ ਨੂੰ ਚਲੀਆਂ ਗਈਆਂ। ਦਾਤੂ ਦੇ ਨਾਲ ਆਏ ਹੋਏ ਉਸਦੇ ਕੁਝ ਝੋਲੀਚੁੱਕ ਬ੍ਰਾਹਮਣ ਹੀ ਰਹਿ ਗਏ। ਦੋ ਚਾਰ ਦਿਨ ਦਾਤੂ ਨੇ ਦੀਵਾਨ ਲਗਾਇਆ ਪਰ ਕੋਈ ਸਿੱਖ ਮੱਥਾ ਟੇਕਣ ਨਾ ਪੁੱਜਿਆ ਤਾਂ ਤੰਗ ਆ ਕੇ ਖਡੂਰ ਪਰਤ ਗਿਆ।

ਗੁਰਗੱਦੀ ਲਈ ਵਿਰੋਧਤਾ

Opposition for the Guruship

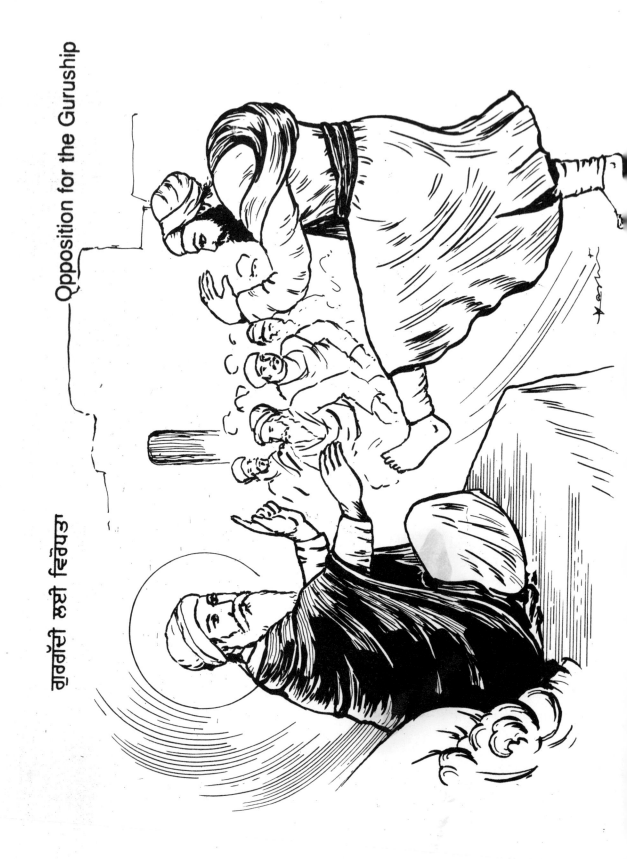

Opposition for the Guruship

Guru Angad Dev handed over the responsibility of leading the Sikhs to Sri Amar Dass by installing him as Guru on the 29th March, 1552 A.D., and ordered him to shift his headquarters from Khadur to Goindwal. Baba Budha and other Sikhs went with Guru Amar Dass to Goindwal. The Sikh devotees started going to Goindwal for an audience with the Guru. Guru Angad Dev's son, Dasu, declared himself as Guru and stationed himself at Khadur. When nobody turned up for an audience, he was very angry with Guru Amar Dass. Mother Kheivi told the sons, "Guruship is not a property that can be inherited. It is a big folly to have enmity with the Guru." At the advice of Mother Kheivi, Dasu gave up the obstinacy of becoming the Guru but her teachings had no effect on the other son Datu.

Guru Amar Dass started sending his Sikhs from Goindwal to far off places for propagation of Sikhism. As an effect of this preaching, the number of devotees increased greatly in three or four years. As the number of Sikhs increased, the income of Brahmins as well as their respect among the people decreased because in Sikhism there is no place for the caste system or for discrimination on this account created by the Brahmins. Besides, the Sikhs neither celebrated any festivals nor did they give any offering to the Brahmins. In 1556 A.D., some Brahmins, after deliberations, conspired with Datu and said, "We can dethrone Guru Amar Dass and make you the Guru."

Datu was taken in by the incitement of the Brahmins. He took some of his toady Brahmins with him and came to Goindwal in the congregation of Guru Amar Dass. When Datu and the Brahmins saw the splendour and attendance of the congregation, their jealousy of the Guru increased further. In a fit of rage, Datu kicked Guru Amar Dass, sitting on a seat in the congregation, in the back, making him fall off it and himself sat on it as Guru. The Guru took Datu's foot in his hand and pressing it said, "Respected Datu ! I hope your tender foot is not hurt by hitting my old hard bones." Datu replied, "I am the rightful heir to this seat of Guruship. Go and leave this village quietly."

The Guru left Goindwal the same night and went to village Basarke. The devotees left for their homes after the departure of the Guru. Only the Brahmins and the toady who had come alongwith Datu were left. Datu held recitals for three or four days but as no Sikh came to pay obeisance, Datu returned to Khadur in frustration.

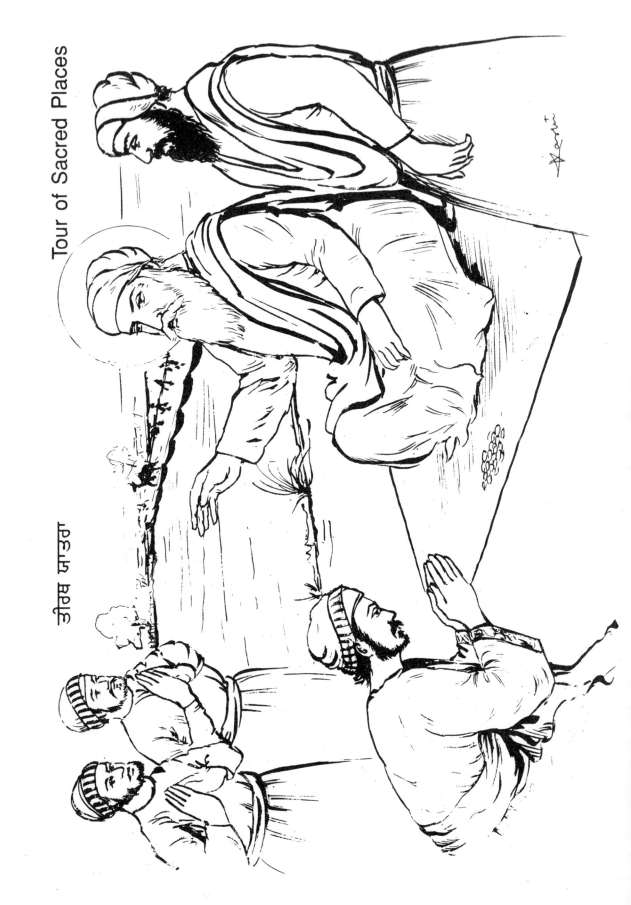

ਤੀਰਥ ਯਾਤਰਾ

ਤੀਰਥ ਯਾਤਰਾ

1558 ਈਸਵੀ ਵਿਚ ਗੁਰੂ ਅਮਰ ਦਾਸ ਜੀ ਨੇ ਸਿੱਖੀ ਦੇ ਪ੍ਰਚਾਰ ਲਈ ਹਿੰਦੂ ਤੀਰਥਾਂ ਦੀ ਯਾਤਰਾ ਸ਼ੁਰੂ ਕੀਤੀ। ਉਸ ਯਾਤਰਾ ਦਾ ਵਰਣਨ ਗੁਰੂ ਰਾਮਦਾਸ ਜੀ 'ਰਾਗ ਤੁਖਾਰੀ' ਵਿਚ ਕਰਦੇ ਹਨ। ਗੁਰੂ ਜੀ ਸਭ ਤੋਂ ਪਹਿਲਾਂ ਕੁਰਕਸ਼ੇਤਰ ਗਏ, ਜਿੱਥੇ ਆਪ ਨੇ ਇਕੱਠੇ ਹੋਏ ਹਜ਼ਾਰਾਂ ਲੋਕਾਂ ਨੂੰ ਗੁਰਮਤਿ ਦਾ ਉਪਦੇਸ਼ ਦਿੱਤਾ, ਜਿਨ੍ਹਾਂ ਵਿਚ ਜੋਗੀ ਤੇ ਸੰਨਿਆਸੀ ਵੀ ਸਨ। ਉਸ ਪਿੱਛੋਂ ਉਨ੍ਹਾਂ ਨੇ ਜਮਨਾ ਦਰਿਆ ਉੱਪਰ ਇਕੱਠੇ ਹੋਇਆਂ ਨੂੰ ਗੁਰੂ ਨਾਨਕ ਦੇ ਮਿਸ਼ਨ ਤੋਂ ਜਾਣੂ ਕਰਵਾਇਆ। ਜਮਨਾ ਦਰਿਆ ਦਾ ਪੁਲ ਪਾਰ ਕਰਨ ਸਮੇਂ, ਦਰਿਆ ਦਾ ਪੁਲ ਲੰਘਣ ਵਾਲਿਆਂ ਪਾਸੋਂ ਮਸੂਲ ਇੱਕਠਾ ਕਰਨ ਵਾਲੇ, ਉਨ੍ਹਾਂ ਪਾਸ ਆਪਣੀਆਂ ਭੇਟਾਵਾਂ ਲੈ ਕੇ ਹਾਜ਼ਰ ਹੋਏ। ਗੁਰੂ ਜੀ ਦੇ ਨਾਲ ਪੁਲ ਲੰਘਣ ਵਾਲੀ ਸੰਗਤ ਪਾਸੋਂ ਉਨ੍ਹਾਂ ਉੱਕਾ ਹੀ ਮਸੂਲ ਨਾ ਲਿਆ। ਗੰਗਾ ਦਰਿਆ ਉੱਪਰ ਇਸ਼ਨਾਨ ਕਰਨ ਵਾਲਿਆਂ ਨੂੰ ਸੱਚਾ ਮਾਰਗ ਦਰਸਾ ਕੇ ਆਪ ਕਨਖਲ ਪਿੰਡ ਆ ਗਏ। ਉਸ ਪਿੰਡ ਦੇ ਮੁਖੀ ਵਿਦਵਾਨ ਤੇ ਧਾਰਮਕ ਆਗੂ ਇਕੱਠੇ ਹੋ ਕੇ ਉਨ੍ਹਾਂ ਪਾਸ ਆਏ। ਗੁਰੂ ਜੀ ਨੇ ਉਨ੍ਹਾਂ ਨੂੰ ਦੱਸਿਆ, "ਮਨੁੱਖ ਦੇ ਵੱਡੇ ਵੈਰੀ ਕਾਮ, ਕ੍ਰੋਧ, ਲੋਭ, ਮੋਹ ਤੇ ਹੰਕਾਰ ਹਨ, ਜਿਨ੍ਹਾਂ ਉੱਪਰ ਸਿਰਫ਼ ਗੁਰੂ ਦੀ ਸਿੱਖਿਆ ਨਾਲ ਹੀ ਕਾਬੂ ਪਾਇਆ ਜਾ ਸਕਦਾ ਹੈ।" ਅੱਠ ਦਿਨ ਪ੍ਰਚਾਰ ਕਰ ਕੇ ਆਪ ਗੋਇੰਦਵਾਲ ਵਾਪਸ ਪੁੱਜ ਗਏ।

ਗੁਰੂ ਜੀ ਨੇ ਗੋਇੰਦਵਾਲ ਪੁੱਜ ਕੇ ਦੇਖਿਆ ਕਿ ਪ੍ਰਚਾਰ ਦੇ ਸਦਕੇ ਸਿੱਖ ਸੰਗਤਾਂ ਦੀ ਆਵਾਜਾਈ ਬਹੁਤ ਵਧ ਗਈ ਸੀ। ਪਿੰਡ ਵਿਚ ਇੱਕ ਸਾਂਝਾ ਖੂਹ ਸੀ। ਗੁਰੂ ਜੀ ਨੇ ਪਾਣੀ ਦੀ ਵਧ ਰਹੀ ਲੋੜ ਪੂਰੀ ਕਰਨ ਲਈ 1559 ਈਸਵੀ ਵਿਚ, ਇੱਕ ਬਾਉਲੀ ਬਣਵਾਉਣ ਦਾ ਕੰਮ ਸ਼ੁਰੂ ਕਰਵਾ ਦਿੱਤਾ। ਬਾਉਲੀ ਦੀ ਸੇਵਾ ਲਈ ਸਿੱਖ ਸੰਗਤਾਂ ਨੇ ਬਹੁਤ ਉਤਸ਼ਾਹ ਦਿਖਾਇਆ। ਸ੍ਰੀ ਰਾਮਦਾਸ ਜੀ ਨੇ ਗੁਰੂ ਅਮਰ ਦਾਸ ਜੀ ਦੇ ਜਵਾਈ ਹੁੰਦੇ ਹੋਏ ਵੀ, ਆਪਣੇ ਸਿਰ ਉੱਪਰ ਮਿੱਟੀ ਦੀਆਂ ਟੋਕਰੀਆਂ ਚੁਕ ਕੇ, ਸਿੱਖ ਸੰਗਤ ਨੂੰ ਗੁਰੂ-ਘਰ ਵਿਚ ਸੇਵਾ ਕਰਨ ਦੇ ਪੂਰਨੇ ਪਾ ਕੇ ਦੱਸੇ।

ਸਿੱਖ ਸੰਗਤਾਂ ਦੇ ਉੱਦਮ ਨਾਲ ਬਾਉਲੀ ਦਾ ਕੰਮ 1559 ਈਸਵੀ ਵਿਚ ਹੀ ਪੂਰਾ ਹੋ ਗਿਆ। ਬਾਉਲੀ ਦਾ ਉਦਘਾਟਨ ਕਰਨ ਤੋਂ ਪਹਿਲਾਂ ਗੁਰੂ ਜੀ ਨੇ ਇੱਕ ਬਹੁਤ ਵੱਡਾ ਲੰਗਰ ਕੀਤਾ, ਜਿਸ ਵਿਚ ਭੋਜਨ ਛਕਣ ਵਾਲੇ ਨੂੰ ਇਨਾਮ ਵਜੋਂ ਇੱਕ ਰੁਪਿਆ ਦਿੱਤਾ ਜਾਂਦਾ। ਬਹੁਤ ਸਾਰੇ ਉੱਚੀ ਜਾਤੀ ਦੇ ਲੋਕ, ਇੱਕ ਰੁਪਿਆ ਲੈਣ ਲਈ ਪੰਗਤ ਵਿਚ ਬੈਠ ਕੇ ਭੋਜਨ ਛਕ ਕੇ ਚਲੇ ਗਏ। ਦੁਪਹਿਰ ਵੇਲੇ ਇਨਾਮ ਵਧਾ ਕੇ ਪੰਜ ਰੁਪਏ ਕਰ ਦਿੱਤਾ। ਇਨਾਮ ਦੇ ਪੰਜ ਰੁਪੈ ਲੈਣ ਲਈ ਪਿੰਡ ਦੇ ਬ੍ਰਾਹਮਣ ਵੀ ਪੰਗਤ ਵਿਚ ਬੈਠ ਕੇ ਖਾਣਾ ਖਾ ਕੇ ਚਲੇ ਗਏ। ਗੋਇੰਦਵਾਲ ਵਿਚ ਇੱਕ ਹਰੀ ਰਾਮ ਨਾਂ ਦਾ ਤਪਾ ਰਹਿੰਦਾ ਸੀ, ਜਿਹੜਾ ਪਿੰਡ ਵਾਲਿਆਂ ਨੂੰ ਗੁਰੂ ਜੀ ਵਿਰੁੱਧ ਚੁੱਕਦਾ ਰਹਿੰਦਾ ਸੀ। ਉਹ ਤਪਾ ਗੁਰੂ ਜੀ ਦੇ ਸੱਦੇ ਉੱਪਰ ਵੀ ਭੋਜਨ ਛਕਣ ਨਾ ਆਇਆ। ਤੀਜੇ ਪਹਿਰ ਗੁਰੂ ਜੀ ਨੇ ਇਨਾਮ ਵਧਾ ਕੇ ਸੋਨੇ ਦੀ ਇਕ ਮੋਹਰ ਕਰ ਦਿੱਤਾ। ਗੁਰੂ ਰਾਮਦਾਸ ਜੀ ਉਸ ਤਪੇ ਬਾਰੇ 'ਗਉੜੀ ਦੀ ਵਾਰ' ਵਿਚ ਲਿਖਦੇ ਹਨ ਕਿ ਉਹ ਤਪਾ ਬਹੁਤੇ ਧਨ ਦੇ ਲਾਲਚ ਵਿਚ ਫਸ ਗਿਆ। ਉਸਨੇ ਆਪਣੇ ਪੁੱਤਰ ਨੂੰ ਲੰਗਰ ਵਿਚ ਚੋਰੀ ਚੋਰੀ ਭੇਜ ਦਿੱਤਾ। ਸੇਵਾਦਾਰਾਂ ਨੇ ਮੁੰਡੇ ਨੂੰ ਫੜ ਕੇ ਪੁੱਛਿਆ। ਉਸਨੇ ਸਭ ਕੁਝ ਦੱਸ ਦਿੱਤਾ, ਜਿਸ ਨਾਲ ਪਿੰਡ ਦੇ ਲੋਕਾਂ ਵਿਚ ਤਪੇ ਦੀ ਬਹੁਤ ਬੇਇਜ਼ਤੀ ਹੋਈ ਤੇ ਸਾਰਿਆਂ ਨੂੰ ਪਤਾ ਲਗ ਗਿਆ ਕਿ ਉਹ ਇੱਕ ਪਖੰਡੀ ਬਗਲੇ ਦੀ ਤਰ੍ਹਾਂ ਮਾਇਆ-ਰੂਪੀ ਮੱਛੀਆਂ ਤਾੜਣ ਵਾਲਾ ਸੀ।

Tour of Sacred Places

In 1558 A.D., Guru Amar Dass started a tour of Hindu places of pilgrimage for the propagation of Sikhism. Guru Ram Dass gives an account of that tour in 'Raag Tukhari'. The Guru first went to Kurukshetra where he preached the Sikh way of life to thousands of people including 'Yogis' and recluses. Then he acquainted people gathered on the banks of river Yamuna, with the mission of Guru Nanak. While crossing the Yamuna bridge, those collecting bridge tolls from the people, presented themselves before him with offerings. They did not collect any toll from the devotees crossing the bridge with the Guru. From there he came to village Kankhal where he told the villagers that lust, anger, greed, attachment and pride are man's major enemies which can only be subdued by following the Guru's teachings. He returned to Goindwal after preaching at Hardwar for eight days.

On reaching Goindwal, the Guru saw that the number of devotees coming to the village had considerably increased due to preaching. There was one common well in the village. To fulfil the increasing demand of water, the Guru started work for construction of a step-well in 1559 A.D. The devotees worked with great zeal for the construction of the step-well. Although Sri Ram Dass was the son-in-law of Guru Amar Dass, yet he showed the Sikhs, the way to serve by carrying baskets of sand on his head.

By the zest of the devotees, the construction of the step-well was completed in 1559 A.D. Before the inauguration of the step-well, the Guru arranged a Langar (community meal) and everyone, who took meals there was given one Rupee as a reward. Many high-caste people sat with others and took their meals in order to get a Rupee. The reward was increased to five Rupees at noon. In order to get five Rupees, the Brahmins of the village also sat in Pangat (sitting together), took meals and went away. An ascetic named Hari Ram lived at Goindwal who used to instigate the villagers against the Guru. That ascetic did not come for the meals even on being invited by the Guru. In the afternoon, the Guru increased the reward to one gold coin. Guru Ram Das writes about the ascetic in 'Gauri-Di-Var' that he was taken in by the greed for money. He secretly sent his son to the Langar. Those serving the meals saw him. The boy was small. He told everything which resulted in great disgrace for the ascetic among the villagers and everyone to know that he was a hypocrite longing for wealth just as a crane standing in wait for fish.

ਅਕਬਰ ਪਾਸ ਸ਼ਿਕਾਇਤ

ਗੁਰੂ ਅਮਰ ਦਾਸ ਜੀ ਨੇ ਸਿੱਖੀ ਦੇ ਪ੍ਰਚਾਰ ਲਈ ਦੇਸ਼ ਨੂੰ 22 ਭਾਗਾਂ ਵਿਚ ਵੰਡ ਦਿੱਤਾ। ਹਰ ਭਾਗ ਨੂੰ ਮੰਜੀ ਦਾ ਨਾਂ ਦੇ ਦਿੱਤਾ। ਇਲਾਕੇ ਦੀ ਮੰਜੀ ਉਸ ਭਾਗ ਦਾ ਸਿੱਖੀ ਪ੍ਰਚਾਰ-ਕੇਂਦਰ ਬਣਾ ਦਿੱਤਾ। ਗੁਰੂ ਜੀ ਮੰਜੀਦਾਰ ਉਸਨੂੰ ਸਥਾਪਤ ਕਰਦੇ ਸਨ ਜਿਹੜਾ ਸਿੱਖ ਉੱਚੇ ਆਚਰਣ ਦਾ ਹੁੰਦਾ ਸੀ। ਉਸਦਾ ਕੰਮ ਸਿੱਖੀ ਦਾ ਪ੍ਰਚਾਰ ਕਰਨ ਦੇ ਨਾਲ ਨਾਲ, ਆਈ ਸੰਗਤ ਦੇ ਸ਼ੰਕੇ ਦੂਰ ਕਰਨਾ ਵੀ ਹੁੰਦਾ ਸੀ। ਸਾਲ ਵਿਚ ਦੋ ਵਾਰੀ, ਮੰਜੀਦਾਰਾਂ ਲਈ ਗੁਰੂ ਜੀ ਪਾਸ ਆਉਣਾ ਜ਼ਰੂਰੀ ਸੀ। ਮੰਜੀਦਾਰ ਜਿਹੜੇ ਭੁਲੇਖੇ ਤੇ ਸ਼ੰਕੇ ਆਪ ਦੂਰ ਨਹੀਂ ਸਨ ਕਰ ਸਕਦੇ, ਉਨ੍ਹਾਂ ਦੇ ਉੱਤਰ ਗੁਰੂ ਜੀ ਪਾਸੋਂ ਪੁੱਛ ਕੇ, ਵਾਪਸ ਜਾ ਕੇ ਦੱਸ ਦਿੰਦੇ ਸਨ। ਉਹ ਦੇਸ਼ ਵਿਚ ਆ ਰਹੀਆਂ ਤਕਲੀਫ਼ਾਂ ਤੇ ਔਕੜਾਂ ਦਾ ਹੱਲ, ਗੁਰੂ ਜੀ ਪਾਸ ਇਕੱਠੇ ਹੋ ਕੇ ਲੱਭਦੇ ਸਨ। ਇਸ ਤਰ੍ਹਾਂ ਦੇ ਪ੍ਰਚਾਰ ਨਾਲ ਲੋਕ, ਬ੍ਰਾਹਮਣਵਾਦ ਤੋਂ ਛੁਟਕਾਰਾ ਪਾਈ ਜਾਂਦੇ ਸਨ। ਜਿਸ ਨਾਲ ਦਿਨੋ-ਦਿਨ ਬ੍ਰਾਹਮਣਾਂ ਦੀ ਆਮਦਨ ਘਟਦੀ ਜਾਂਦੀ ਸੀ। ਗੁਰੂ ਜੀ ਤੋਂ ਛੁਟਕਾਰਾ ਪਾਉਣ ਲਈ ਉਨ੍ਹਾਂ ਗੋਇੰਦੇ ਦੇ ਪੁੱਤਰ ਨੂੰ ਲਾਹੌਰ ਦੇ ਗਵਰਨਰ ਖਿਜਰ ਖ਼ਵਾਜਾ ਖ਼ਾਨ ਪਾਸ ਸ਼ਿਕਾਇਤ ਕਰਨ ਲਈ ਭੇਜਿਆ। ਉਸਨੇ ਗਵਰਨਰ ਪਾਸ ਸ਼ਿਕਾਇਤ ਕੀਤੀ, "ਗੁਰੂ ਜੀ ਨੇ ਮੇਰੀ ਜ਼ਮੀਨ ਜ਼ਬਰਦਸਤੀ ਦੱਬੀ ਹੋਈ ਹੈ।" ਗਵਰਨਰ ਨੇ ਗੋਇੰਦਵਾਲ ਪੁੱਜ ਕੇ ਪੜਤਾਲ ਕੀਤੀ। ਗੋਇੰਦੇ ਦੇ ਪੁੱਤਰ ਦਾ ਮੁਕੱਦਮਾ ਝੂਠਾ ਸਾਬਤ ਹੋਇਆ।

ਗੋਇੰਦੇ ਦਾ ਪੁੱਤਰ, ਲਾਹੌਰ ਦੇ ਗਵਰਨਰ ਵੱਲੋਂ ਮੁਕੱਦਮਾ ਖਾਰਜ ਕਰਨ ਪਿੱਛੋਂ ਅਕਬਰ ਪਾਸ ਦਿੱਲੀ ਦਰਬਾਰ ਵਿਚ ਹਾਜ਼ਰ ਹੋ ਗਿਆ। ਉਸਨੇ ਆਪਣੇ ਨੌਕਰ ਨੂੰ ਨੀਲੇ ਕਾਲੇ ਰੰਗ ਦਾ ਗੰਦਾ ਚੋਲਾ ਪਹਿਨਾ ਲਿਆ, ਜਿਹੜਾ ਬਾਦਸ਼ਾਹ ਪਾਸ ਫ਼ਰਿਆਦ ਕਰਨ ਵਾਲੇ ਨੂੰ ਪਾਉਣਾ ਜ਼ਰੂਰੀ ਸੀ। ਅਕਬਰ ਦੇ ਪੜਤਾਲ ਕਰਨ ਉਪਰੰਤ ਉਹ ਦੋਵੇਂ ਝੂਠੇ ਸਾਬਤ ਹੋਏ। ਉਨ੍ਹਾਂ ਦੇ ਮੂੰਹ ਕਾਲੇ ਕਰ ਕੇ ਉਨ੍ਹਾਂ ਨੂੰ ਦਿੱਲੀ ਦਰਬਾਰ ਵਿੱਚੋਂ ਕੱਢ ਦਿੱਤਾ ਗਿਆ। ਗੁਰੂ ਰਾਮਦਾਸ ਜੀ 'ਰਾਗ ਗਉੜੀ' ਵਿਚ ਲਿਖਦੇ ਹਨ ਕਿ ਉਹ ਦੋਵੇਂ ਦਿੱਲੀ ਦਰਬਾਰ ਵਿੱਚੋਂ ਸਾਰੀ ਦੁਨੀਆ ਦੀ ਗੰਦਗੀ ਮੂੰਹ ਨੂੰ ਮਲ ਕੇ ਵਾਪਸ ਆਏ। ਉਨ੍ਹਾਂ ਨੂੰ ਲੋਕਾਂ ਬੁਲਾਇਆ ਤੱਕ ਨਾ। ਗੋਇੰਦੇ ਦਾ ਪੁੱਤਰ ਬੀਮਾਰ ਹੋ ਗਿਆ। ਉਸਦੇ ਅੰਦਰ ਅੰਨ-ਪਾਣੀ ਜਾਣਾ ਬੰਦ ਹੋ ਗਿਆ। ਭੁੱਖਾ ਪਿਆਸਾ ਉਹ ਰੋਣ ਲੱਗਿਆ। ਗੁਰੂ ਦੀ ਝੂਠੀ ਨਿੰਦਿਆ ਕਰ ਕੇ ਉਸਨੇ ਆਪਣੀ ਲੋਕ-ਪ੍ਰਲੋਕ ਵਿਚ ਬੇਇਜ਼ਤੀ ਕਰਵਾ ਲਈ।

ਅਕਤੂਬਰ 1566 ਈਸਵੀ ਵਿਚ ਅਕਬਰ ਕੁਝ ਸਮੇਂ ਲਈ ਲਾਹੌਰ ਰੁਕਿਆ। ਬ੍ਰਾਹਮਣਾਂ ਨੇ ਅਕਬਰ ਪਾਸ ਜਾ ਸ਼ਿਕਾਇਤ ਕੀਤੀ। ਅਕਬਰ ਨੇ ਗੁਰੂ ਅਮਰਦਾਸ ਜੀ ਨੂੰ ਲਾਹੌਰ ਹਾਜ਼ਰ ਹੋ ਕੇ ਸ਼ਿਕਾਇਤਾਂ ਦਾ ਉੱਤਰ ਦੇਣ ਲਈ ਬੁਲਾ ਭੇਜਿਆ। ਗੁਰੂ ਜੀ ਨੇ ਸ੍ਰੀ ਰਾਮਦਾਸ ਜੀ ਨੂੰ ਆਪਣਾ ਪ੍ਰਤੀਨਿਧ ਬਣਾ ਕੇ ਅਕਬਰ ਪਾਸ ਭੇਜ ਦਿੱਤਾ। ਸ੍ਰੀ ਰਾਮਦਾਸ ਜੀ ਨੇ ਬ੍ਰਾਹਮਣਾਂ ਦੀ ਹਰ ਸ਼ਿਕਾਇਤ ਦਾ ਤਸੱਲੀਯੋਗ ਉੱਤਰ ਦਿੱਤਾ, ਜਿਸ ਨਾਲ ਅਕਬਰ ਬਹੁਤ ਖ਼ੁਸ਼ ਹੋਇਆ। ਅਕਬਰ ਨੇ ਬ੍ਰਾਹਮਣਾਂ ਨੂੰ ਬਹੁਤ ਝਾੜਾਂ ਪਾਈਆਂ। ਅਕਬਰ ਦਿੱਲੀ ਨੂੰ ਜਾਣ ਸਮੇਂ ਗੋਇੰਦਵਾਲ ਵਿਖੇ ਗੁਰੂ ਜੀ ਨੂੰ ਮਿਲਿਆ। ਪੰਗਤ ਵਿਚ ਬੈਠ, ਲੰਗਰ ਛਕ ਕੇ ਬਹੁਤ ਖ਼ੁਸ਼ ਹੋਇਆ। ਅਕਬਰ ਨੇ ਲੰਗਰ ਦੀ ਮਦਦ ਲਈ ਜਾਗੀਰ ਦੇਣੀ ਚਾਹੀ ਪਰ ਗੁਰੂ ਜੀ ਨੇ ਉਸਨੂੰ ਕਿਹਾ, "ਲੰਗਰ ਸੰਗਤ ਦਾ ਹੈ। ਇਸ ਨੂੰ ਸੰਗਤ ਚਲਾਵੇ ਤਾਂ ਠੀਕ ਹੈ। ਤੁਸੀਂ ਆਪਣੇ ਰਾਜ ਵਿਚ ਹਿੰਦੂਆਂ ਤੇ ਮੁਸਲਮਾਨਾਂ ਨੂੰ ਬਰਾਬਰ ਸਮਝੋ। ਹਿੰਦੂਆਂ ਤੋਂ ਜਜ਼ੀਆ ਤੇ ਤੀਰਥ ਟੈਕਸ ਹਟਾ ਦੇਵੋ।"

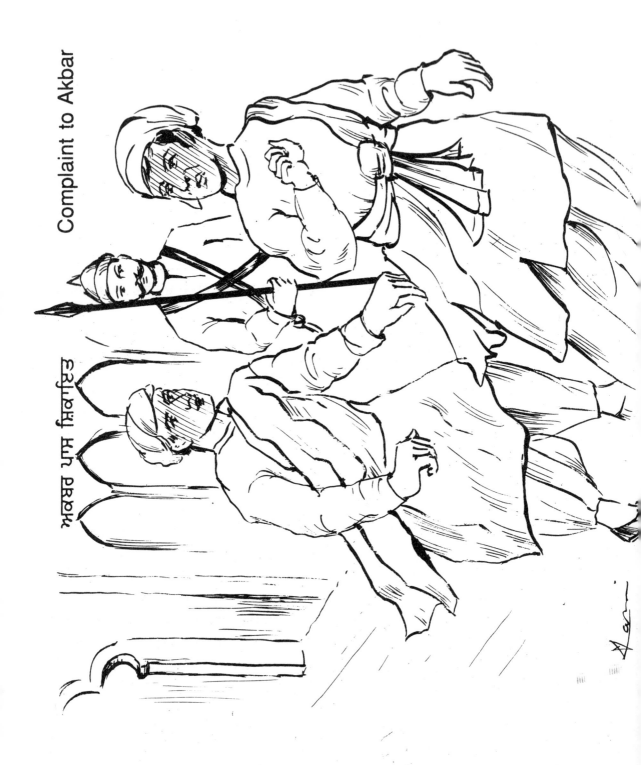

ਅਕਬਰ ਪਾਸ ਸ਼ਿਕਾਇਤ

Complaint to Akbar

Complaint to Akbar

Guru Amar Dass divided the country into 22 zones for the propagation of Sikhism. Every zone was given the name of Manji (seat). The Manji of the area became the centre for preaching the Sikh thought. The Guru entrusted the charge of the Manjis to Sikhs of high character. Besides preaching Sikhism, his work consisted of dispelling doubts of the devotees. It was imperative for him to visit the Guru twice a year. The misconceptions and doubts that the Manjidars (in-charge of Manjis) could not clear themselves were brought to the Guru and the answers were given to the devotees on return. They used to confer with the Guru about the troubles and difficulties facing their zones. In this way, the people were getting rid of Brahmins. This was resulting in the dwindling of income of Brahmins day-by-day. To get rid of the Guru, they sent Goinda's son to the governor of Lahore to complain against the Guru. He complained to the governor that the Guru had forcibly occupied his land. The governor came to Goindwal to ascertain the facts and dismissed the case as being false.

After the dismissal of the case from Lahore, Goinda's son presented himself in Akbar's court at Delhi. He made his servant wear a dirty cloak of blue and black which was necessary for anyone who wanted to petition the king. Both of them proved false in the investigation. Their faces were blackened and they were turned out of Akbar's court. Guru Ram Dass writes in his verse in 'Guari Raag' that both of them returned from Delhi with their faces smeared with the filth of the whole world. People stopped talking to them. Goinda's son fell ill. Food or water could not pass his gullet. He began to cry due to hunger and thirst. He got dishonoured in this world and the next by falsely defaming the Guru.

When Akbar was at Lahore in October 1566 A.D., Brahmins complained to him. Akbar called Guru Amar Dass to Lahore to answer to the complaints. The Guru sent Sri Ram Dass as his representative to Akbar. Sri Ram Dass gave satisfactory reply to every complaint fo the Brahmins at which Akbar was greatly pleased. Akbar severely reprimanded the Brahmins. On his way back to Delhi, Akbar met the Guru at Goindwal. He was very happy to sit in Pangat and have meals. Akbar offered a Jagir (land) for the Langar but the Guru said to him, "The Langar belongs to the devotees. It is better that it be run by the devotees. Please consider Hindus and Muslims alike in your country. Abolish jazia (tax) and pilgrim tax from Hindus."

ਗੁਰਗੱਦੀ ਲਈ ਪਰੀਖਿਆ

Test for the Guruship

ਗੁਰਗੱਦੀ ਲਈ ਪਰੀਖਿਆ

ਗੁਰੂ ਅਮਰ ਦਾਸ ਜੀ ਨੇ ਜੋਤੀ ਜੋਤਿ ਸਮਾਉਣ ਤੋਂ ਪਹਿਲਾਂ, ਗੁਰਗੱਦੀ ਦੀ ਜ਼ਿੰਮੇਵਾਰੀ ਉਸ ਸੇਵਾਦਾਰ ਨੂੰ ਸੌਂਪਣੀ ਸੀ, ਜਿਹੜਾ ਉਸ ਜ਼ਿੰਮੇਵਾਰੀ ਨੂੰ ਚੰਗੀ ਤਰ੍ਹਾਂ ਨਿਭਾ ਸਕਦਾ ਹੋਵੇ। ਸੰਗਤਾਂ ਦੀ ਨਿਗਾਹ ਵਿਚ ਦੋ ਸਿੱਖ, ਸ੍ਰੀ ਰਾਮਦਾਸ ਤੇ ਭਾਈ ਰਾਮਾ ਜੀ ਸਨ। ਉਹ ਦੋਵੇਂ ਗੁਰੂ ਜੀ ਦੇ ਜੁਆਈ ਸਨ, ਜਿਹੜੇ ਸਦਾ ਤਨ ਤੇ ਮਨ ਲਗਾ ਕੇ ਸੰਗਤ ਦੀ ਸੇਵਾ ਕਰਦੇ ਸਨ। ਗੁਰੂ ਜੀ ਨੇ ਸੰਗਤਾਂ ਦੇ ਮਨ ਵਿੱਚੋਂ ਇਹ ਸ਼ੰਕਾ ਦੂਰ ਕਰਨ ਲਈ ਕਿ ਗੁਰਗੱਦੀ ਦੇਣ ਸਮੇਂ ਕੋਈ ਅਨਿਆਏ ਨਹੀਂ ਹੋਇਆ, ਉਨ੍ਹਾਂ ਦੋਹਾਂ ਟਹਿਲੀਆਂ ਨੂੰ, ਇੱਕ ਸਵੇਰ ਇੱਕ ਇੱਕ ਥੜ੍ਹਾ ਤਿਆਰ ਕਰਨ ਲਈ ਕਿਹਾ। ਦੋਹਾਂ ਨੇ ਸ਼ਾਮ ਤੱਕ ਥੜ੍ਹੇ ਤਿਆਰ ਕਰ ਦਿੱਤੇ।

ਗੁਰੂ ਜੀ ਨੇ ਜਾ ਕੇ ਦੋਵੇਂ ਤਿਆਰ ਕੀਤੇ ਥੜ੍ਹੇ ਦੇਖ ਕੇ ਕਿਹਾ, "ਇਹ ਠੀਕ ਨਹੀਂ ਬਣੇ। ਇਨ੍ਹਾਂ ਨੂੰ ਢਾਹ ਕੇ ਕੱਲ੍ਹ ਨੂੰ ਹੋਰ ਬਣਾਉਣਾ।" ਦੂਜੇ ਦਿਨ ਦੋਹਾਂ ਨੇ ਥੜ੍ਹੇ ਫਿਰ ਤਿਆਰ ਕੀਤੇ ਤੇ ਗੁਰੂ ਜੀ ਨੇ ਉਨ੍ਹਾਂ ਨੂੰ ਵੀ ਰੱਦ ਕਰ ਦਿੱਤਾ। ਇਸ ਤਰ੍ਹਾਂ ਥੜ੍ਹੇ ਉਸਾਰਨ ਤੇ ਢਾਉਣ ਦਾ ਸਿਲਸਿਲਾ ਸੱਤ ਦਿਨ ਚਲਦਾ ਰਿਹਾ। ਅਠਵੇਂ ਦਿਨ ਜਦੋਂ ਗੁਰੂ ਜੀ ਨੇ ਭਾਈ ਰਾਮਾ ਜੀ ਦੇ ਥੜ੍ਹੇ ਵਿਚ ਨੁਕਸ ਕੱਢ ਕੇ ਕਿਹਾ ਕਿ ਇਸ ਨੂੰ ਢਾਹ ਦੇਵੋ ਤਾਂ ਉਸਨੇ ਅੱਗੋਂ ਉੱਤਰ ਦਿੱਤਾ, "ਮੈਂ ਇਹ ਥੜ੍ਹਾ ਆਪ ਦੇ ਦੱਸਣ ਅਨੁਸਾਰ ਤਿਆਰ ਕੀਤਾ ਹੈ। ਆਪ ਦੀ ਵਡੇਰੀ ਉਮਰ ਹੋਣ ਕਰਕੇ ਆਪ ਨੂੰ ਭੁੱਲ ਜਾਂਦਾ ਹੈ। ਮੈਂ ਇਹ ਥੜ੍ਹਾ ਢਾਹ ਕੇ ਹੋਰ ਨਹੀਂ ਬਣਾਉਣਾ।" ਗੁਰੂ ਜੀ ਨੇ ਜਦੋਂ ਸ੍ਰੀ ਰਾਮਦਾਸ ਜੀ ਦੇ ਥੜ੍ਹੇ ਵਿਚ ਨੁਕਸ ਕੱਢੇ ਤਾਂ ਉਨ੍ਹਾਂ ਅੱਗੋਂ ਕਿਹਾ, "ਗੁਰੂ ਜੀ, ਮੇਰੇ ਉੱਪਰ ਕ੍ਰਿਪਾ ਕਰੋ। ਮੈਨੂੰ ਅਕਲ ਤੇ ਬਲ ਬਖ਼ਸ਼ੋ ਤਾਂ ਜੋ ਮੈਂ ਆਪਦੀ ਮਰਜ਼ੀ ਅਨੁਸਾਰ ਥੜ੍ਹਾ ਬਣਾ ਸਕਾਂ।" ਸੰਗਤਾਂ ਨੇ ਜਦੋਂ ਸ੍ਰੀ ਰਾਮਦਾਸ ਜੀ ਦੇ ਇਹ ਬਚਨ ਸੁਣੇ ਤਾਂ ਉਨ੍ਹਾਂ ਨੂੰ ਯਕੀਨ ਹੋ ਗਿਆ ਕਿ ਗੁਰਗੱਦੀ ਦੀ ਜ਼ਿੰਮੇਵਾਰੀ ਸੰਭਾਲਣ ਦੇ ਯੋਗ ਸ੍ਰੀ ਰਾਮਦਾਸ ਜੀ ਹੀ ਸਨ। ਗੁਰੂ ਜੀ ਨੇ ਉਨ੍ਹਾਂ ਨੂੰ ਗੁਰਗੱਦੀ ਦਾ ਮਾਲਕ ਥਾਪ ਕੇ, ਉਨ੍ਹਾਂ ਅੱਗੇ ਪਹਿਲਾਂ ਆਪ ਸਿਰ ਨਿਵਾਇਆ ਤੇ ਫਿਰ ਸਾਰੀ ਸੰਗਤ ਨੂੰ ਗੁਰੂ ਰਾਮਦਾਸ ਜੀ ਅੱਗੇ ਸਿਰ ਨਿਵਾਉਣ ਦੀ ਆਗਿਆ ਕੀਤੀ। ਸਾਰੀ ਸੰਗਤ ਨੇ ਗੁਰੂ ਜੀ ਦਾ ਹੁਕਮ ਮੰਨ ਲਿਆ।

1 ਸਤੰਬਰ, 1574 ਈਸਵੀ ਵਾਲੇ ਦਿਨ, ਗੁਰੂ ਅਮਰ ਦਾਸ ਜੀ ਨੇ ਜੋਤੀ ਜੋਤਿ ਸਮਾਉਣ ਤੋਂ ਪਹਿਲਾਂ, ਆਪਣੇ ਪਰਵਾਰ ਤੇ ਸਾਰੀ ਸੰਗਤ ਨੂੰ ਇਕੱਠੇ ਕਰ ਕੇ ਕਿਹਾ, "ਮੇਰੇ ਇਹ ਪੰਜ ਭੂਤਕ ਸਰੀਰ ਛੱਡਣ ਪਿੱਛੋਂ ਕਿਸੇ ਨੇ ਰੋਣਾ ਨਹੀਂ। ਸਾਡੇ ਸਰੀਰ ਤਿਆਗਣ ਸਮੇਂ, ਸਾਡੇ ਹੱਥ ਦੀ ਤਲੀ ਉੱਪਰ ਦੀਵਾ ਰਖਣ ਦੀ ਲੋੜ ਨਹੀਂ ਕਿਉਂਕਿ ਗੁਰੂ ਦੀ ਬਾਣੀ ਨੇ ਸਾਡੇ ਮਨ ਦਾ ਹਨੇਰਾ ਦੂਰ ਕਰ ਦਿੱਤਾ ਹੈ। ਸਾਡੇ ਨਮਿਤ ਪਿੰਡ ਭਰਨ ਜਾਂ ਬ੍ਰਾਹਮਣਾਂ ਨੂੰ ਖੁਆਉਣ ਦੀ ਲੋੜ ਨਹੀਂ। ਆਤਮਾ ਦੀ ਖ਼ੁਰਾਕ ਸਿਰਫ਼ ਪਰਮਾਤਮਾ ਦਾ ਨਾਂ ਹੈ। ਸਾਡੀਆਂ ਅਸਤੀਆਂ ਹਰਿਦੁਆਰ ਲੈ ਕੇ ਨਹੀਂ ਜਾਣਾ, ਕਿਸੇ ਵੀ ਚਲਦੇ ਪਾਣੀ ਵਿਚ ਪਾ ਦੇਣਾ। ਸਾਡਾ ਬਬਾਣ ਨਹੀਂ ਕੱਢਣਾ। ਸਾਡੇ ਸਰੀਰ ਛੱਡਣ ਉੱਪਰ ਨਾਮ ਦਾ ਸਿਮਰਨ ਕਰਨਾ।" ਗੁਰੂ ਅਮਰ ਦਾਸ ਜੀ ਨੇ ਸਿੱਖਾਂ ਵਿਚ ਸਤੀ ਦੀ ਰਸਮ ਪਹਿਲਾਂ ਹੀ ਬੰਦ ਕਰਵਾਈ ਹੋਈ ਸੀ। ਵਿਧਵਾ ਇਸਤ੍ਰੀ ਨੂੰ ਵਿਆਹ ਕਰਾਉਣ ਦੀ ਖੁਲ੍ਹ ਦਿੱਤੀ ਹੋਈ ਸੀ। ਸੰਗਤ ਵਿਚ ਇਸਤ੍ਰੀ ਦਾ ਘੁੰਡ ਕੱਢ ਕੇ ਆਉਣਾ ਮਨ੍ਹਾ ਕੀਤਾ ਹੋਇਆ ਸੀ। ਅਕਬਰ ਬਾਦਸ਼ਾਹ ਨੂੰ ਵੀ ਸਤੀ ਦੀ ਰਸਮ ਬੰਦ ਕਰਨ ਵਾਸਤੇ ਕਿਹਾ ਸੀ।

Test for the Guruship

Before the merger in God, Guru Amar Dass had to entrust the responsibility of Guruship to a disciple who could shoulder it well. The devotees had two Sikhs in view, Sri Ram Dass and Bhai Rama. Both of them were son-in-laws of the Guru, who used to serve the devotees with body and soul. To dispel any doubt that might arise in the minds of the Sikhs that no injustice had been done in bestowing the Guruship, the Guru, one morning, asked those two attendants to construct a platform each. Both of them prepared the platforms by the evening.

The Guru went, saw both the platforms and said, "The construction is very poor. Pull down these and construct again tomorrow." The next day both prepared the platforms and the Guru again rejected them. In this way the process of making and breaking the platforms went for seven days. On the eighth day when the Guru pointing to the defect in Bhai Rama's platform said, "Please demolish it," he replied, "I have prepared this platform according to your instructions. You forget due to your old age. I shall not dismantle and remake this platform." When the Guru pointed the defects in Sri Ram Dass's platform, he replied, "Respected Guru! Be kind to me. Bestow upon me intelligence and power so that I may construct the platform according to your wishes." When the devotees heard these words of Sri Ram Dass, they were convinced that he was the person fit to shoulder the responsibility of Guruship. Guru Amar Dass after installing him as Guru, bowed before him first and then asked all the devotees to pay him respects. All those present obeyed the Guru's command.

Before his merger into the Supreme Being, the Guru called the members of the family and devotees on 1st September, 1574 A.D., and said, "No one should cry on my leaving this body of five elements. There is no need to place an earthen lamp on the palm of my hand at the time of my passing away because with the word of the Guru, the darkness from my mind has vanished. The rite of Pind (Balls of food thrown in water) or feeding the Brahmins for me is not required. The Name of God is the only food for the soul. Do not take my ashes to Hardwar but immerse these in running water at any place. Do not take out a funeral procession. Let Name of God be recited after my death." Guru Amar Dass had already stopped the ritual of Sati among Sikhs. Widows had been given freedom to remarry. It had been forbidden for women to come to the congregation in veil. He had also asked King Akbar to ban the custom of Sati.

ਨਿਰਾਲਾ ਬਚਪਨ

ਗੁਰੂ ਰਾਮਦਾਸ ਜੀ ਦਾ ਜਨਮ 24 ਸਤੰਬਰ, 1534 ਈਸਵੀ ਵਾਲੇ ਦਿਨ, ਲਾਹੌਰ ਸ਼ਹਿਰ ਦੇ ਬਜ਼ਾਰ ਚੂਨਾ ਮੰਡੀ ਵਿਚ ਹੋਇਆ। ਉਨ੍ਹਾਂ ਦੇ ਪਿਤਾ ਹਰਦਾਸ ਸੋਢੀ, ਜਾਤ ਦੇ ਖੱਤਰੀ ਸਨ। ਮਾਤਾ ਪਿਤਾ ਨੇ ਉਨ੍ਹਾਂ ਦਾ ਨਾਂ ਰਾਮਦਾਸ ਰਖਿਆ, ਪਰ ਘਰ ਵਿਚ ਪਹਿਲਾ ਬੱਚਾ ਹੋਣ ਕਰਕੇ, ਮਾਤਾ ਪਿਤਾ ਉਨ੍ਹਾਂ ਨੂੰ ਪਿਆਰ ਨਾਲ ਜੇਠਾ ਕਹਿ ਕੇ ਬੁਲਾਉਣ ਲੱਗੇ। ਇਸ ਤਰ੍ਹਾਂ ਗਲੀ-ਮੁਹੱਲੇ ਵਾਲੇ ਵੀ ਉਨ੍ਹਾਂ ਨੂੰ ਜੇਠਾ ਕਹਿਣ ਲੱਗ ਪਏ। ਜਦੋਂ ਉਹ ਸੱਤ ਸਾਲਾਂ ਦੇ ਸਨ, ਉਨ੍ਹਾਂ ਦੇ ਮਾਤਾ ਪਿਤਾ ਚੜ੍ਹਾਈ ਕਰ ਗਏ। ਉਨ੍ਹਾਂ ਦੇ ਨਾਨਕੇ ਬਾਸਰਕੇ ਸਨ। ਮਾਤਾ ਪਿਤਾ ਦੇ ਗੁਜ਼ਰ ਜਾਣ ਪਿੱਛੋਂ, ਉਨ੍ਹਾਂ ਨੂੰ ਉਨ੍ਹਾਂ ਦੀ ਨਾਨੀ ਲਾਹੌਰ ਤੋਂ ਬਾਸਰਕੇ ਲੈ ਗਈ। ਬਾਸਰਕੇ ਜਾ ਕੇ ਉਨ੍ਹਾਂ-ਨੇ ਗੁਜ਼ਾਰਾ ਕਰਨ ਲਈ ਘੁੰਗਣੀਆਂ ਵੇਚਣ ਦਾ ਧੰਦਾ ਅਰੰਭ ਦਿੱਤਾ। 1546 ਈਸਵੀ ਵਿਚ ਸ੍ਰੀ ਅਮਰ ਦਾਸ ਜੀ ਨੇ ਗੋਇੰਦਵਾਲ ਵਸਾਇਆ। ਗੁਰੂ ਅੰਗਦ ਦੇਵ ਜੀ ਦੇ ਕਹਿਣ ਉੱਪਰ, ਉਹ ਆਪਣੇ ਪਰਵਾਰ ਨੂੰ ਬਾਸਰਕੇ ਤੋਂ ਲੈਣ ਆਏ, ਸ੍ਰੀ ਰਾਮਦਾਸ ਜੀ ਨੂੰ ਵੀ ਆਪਣੇ ਨਾਲ ਗੋਇੰਦਵਾਲ ਲੈ ਗਏ।

ਗੋਇੰਦਵਾਲ ਪੁੱਜ ਕੇ ਸ੍ਰੀ ਰਾਮਦਾਸ ਜੀ ਨੇ ਆਪਣਾ ਪਹਿਲਾ ਧੰਦਾ ਘੁੰਗਣੀਆਂ ਵੇਚਣ ਦਾ ਫਿਰ ਜਾਰੀ ਕਰ ਦਿੱਤਾ। ਫੇਰੀ ਤੋਂ ਵਿਹਲੇ ਹੋ ਕੇ ਕੀਰਤਨ ਸੁਣਨ ਆਈ ਸੰਗਤ ਦੀ ਸੇਵਾ ਕਰਨ ਦਾ ਨਿਤਨੇਮ ਬਣਾ ਲਿਆ। ਗੁਰੂ ਅੰਗਦ ਦੇਵ ਜੀ ਨੇ, ਸ੍ਰੀ ਅਮਰ ਦਾਸ ਜੀ ਨੂੰ 1552 ਈਸਵੀ ਵਿਚ ਗੁਰਗੱਦੀ ਦੀ ਜ਼ਿੰਮੇਵਾਰੀ ਸੌਂਪ ਕੇ ਉਨ੍ਹਾਂ ਨੂੰ ਗੋਇੰਦਵਾਲ ਰਹਿ ਕੇ ਸਿੱਖੀ ਦਾ ਪ੍ਰਚਾਰ ਕਰਨ ਦਾ ਹੁਕਮ ਕੀਤਾ। ਇੱਕ ਦਿਨ ਮਾਤਾ ਮਨਸਾ ਦੇਵੀ ਨੇ ਗੁਰੂ ਅਮਰ ਦਾਸ ਜੀ ਨੂੰ ਬੇਨਤੀ ਕੀਤੀ, "ਹੁਣ ਸਾਨੂੰ ਬੀਬੀ ਭਾਨੀ ਦੇ ਵਿਆਹ ਕਰਨ ਲਈ ਕੋਈ ਯੋਗ ਵਰ ਦੇਖਣਾ ਚਾਹੀਦਾ ਹੈ।" ਗੁਰੂ ਜੀ ਨੇ ਪੁੱਛਿਆ, "ਵਰ ਕਿਸ ਤਰ੍ਹਾਂ ਦਾ ਚਾਹੀਦਾ ਹੈ?" ਸ੍ਰੀ ਰਾਮਦਾਸ ਜੀ ਉਸ ਸਮੇਂ ਉਥੋਂ ਲੰਘ ਰਹੇ ਸਨ। ਮਾਤਾ ਮਨਸਾ ਦੇਵੀ ਨੇ ਸ੍ਰੀ ਰਾਮਦਾਸ ਜੀ ਵੱਲ ਇਸ਼ਾਰਾ ਕਰ ਕੇ ਕਿਹਾ, "ਇਸ ਤਰ੍ਹਾਂ ਦਾ ਵਰ ਹੋਵੇ।" ਗੁਰੂ ਜੀ ਨੇ ਕਿਹਾ, "ਇਸ ਤਰ੍ਹਾਂ ਦਾ ਵਰ ਤਾਂ ਸਿਰਫ਼ ਇਹ ਹੀ ਹੈ, ਹੋਰ ਕੋਈ ਨਹੀਂ।" ਇਸ ਤਰ੍ਹਾਂ ਬੀਬੀ ਭਾਨੀ ਲਈ ਸ੍ਰੀ ਰਾਮਦਾਸ ਜੀ ਨੂੰ ਯੋਗ ਵਰ ਜਾਣ ਕੇ, ਦਸੰਬਰ 1552 ਈਸਵੀ ਵਿਚ ਉਨ੍ਹਾਂ ਦਾ ਵਿਆਹ ਕਰ ਦਿੱਤਾ।

ਗੁਰੂ ਅਮਰ ਦਾਸ ਜੀ, ਹਿੰਦੂ ਤੀਰਥਾਂ ਉੱਪਰ ਇਕੱਠੀ ਹੋਈ ਜਨਤਾ ਨੂੰ ਜਾਤ-ਪਾਤ ਦਾ ਭੇਦ-ਭਾਵ ਤਿਆਗ ਕੇ, ਇਕ ਪੰਗਤ ਵਿਚ ਬੈਠ ਕੇ ਲੰਗਰ ਛਕਣ ਦਾ ਤੇ ਸਾਂਝੀ ਸੇਵਾ ਕਰਨ ਦਾ ਅਮਲੀ ਜੀਵਨ ਦਰਸਾ ਕੇ, 1558 ਈਸਵੀ ਵਿਚ ਵਾਪਸ ਗੋਇੰਦਵਾਲ ਪੁੱਜੇ। ਗੋਇੰਦਵਾਲ ਪੁੱਜ ਕੇ ਉਨ੍ਹਾਂ ਇੱਕ ਬਾਉਲੀ ਤਿਆਰ ਕਰਨ ਦਾ ਕਾਰਜ ਅਰੰਭ ਕਰ ਦਿੱਤਾ, ਜਿਸ ਦੀ ਸੇਵਾ ਲਈ ਸੰਗਤਾਂ ਦੂਰ ਦੂਰ ਤੋਂ ਆਉਣ ਲੱਗੀਆਂ। ਇੱਕ ਦਿਨ ਲਾਹੌਰ ਦੇ ਰਹਿਣ ਵਾਲੇ ਕੁਝ ਯਾਤਰੀ, ਹਰਿਦੁਆਰ ਦੇ ਇਸ਼ਨਾਨ ਲਈ ਜਾਂਦੇ ਹੋਏ ਗੋਇੰਦਵਾਲ ਰੁਕੇ। ਉਨ੍ਹਾਂ ਨੇ ਸ੍ਰੀ ਰਾਮਦਾਸ ਜੀ ਨੂੰ ਸਿਰ ਉੱਪਰ ਮਿੱਟੀ ਦੀ ਟੋਕਰੀ ਚੁੱਕੀ ਜਾਂਦੇ ਦੇਖਿਆ ਤਾਂ ਬੜੇ ਹੈਰਾਨ ਹੋਏ ਕਿ ਇੱਕ ਸੋਢੀ ਜਾਤ ਦਾ ਪੁੱਤਰ, ਆਪਣੇ ਸਹੁਰੇ ਘਰ ਵਿਚ ਨੀਵੀਂ ਜਾਤ ਦੇ ਲੋਕਾਂ ਦੇ ਨਾਲ ਰਲ ਕੇ ਮਜ਼ਦੂਰਾਂ ਦੀ ਤਰ੍ਹਾਂ ਕੰਮ ਕਰ ਰਿਹਾ ਸੀ। ਉਨ੍ਹਾਂ ਨੇ ਗੁਰੂ ਜੀ ਨੂੰ ਬੜੇ ਗ਼ੁੱਸੇ ਵਿਚ ਕਿਹਾ, "ਤੁਸੀਂ ਆਪਣੇ ਜਵਾਈ ਪਾਸੋਂ ਇੱਕ ਨੀਵੀਂ ਜਾਤੀ ਵਾਲਾ ਕੰਮ ਕਰਵਾ ਰਹੇ ਹੋ। ਇਹ ਆਪ ਨੂੰ ਸੋਭਾ ਨਹੀਂ ਦਿੰਦਾ।" ਸ੍ਰੀ ਰਾਮਦਾਸ ਜੀ ਨੇ ਆਪਣੀ ਰਿਸ਼ਤੇਦਾਰਾਂ ਨੂੰ ਇਹ ਕਹਿੰਦੇ ਸੁਣ ਕੇ, ਗੁਰੂ ਜੀ ਪਾਸ ਜਾ ਕੇ ਬੇਨਤੀ ਕੀਤੀ, "ਇਨ੍ਹਾਂ ਦਾ ਗ਼ੁੱਸਾ ਨਾ ਕਰਨਾ, ਇਹ ਅਨਜਾਣ ਹਨ, ਇਨ੍ਹਾਂ ਨੂੰ ਪਤਾ ਨਹੀਂ ਕਿ ਇਹ ਕੀ ਕਹਿ ਰਹੇ ਹਨ। ਇਨ੍ਹਾਂ ਨੂੰ ਗਿਆਨ ਨਹੀਂ ਕਿ ਸੇਵਾ ਜਾਤ-ਪਾਤ ਤੇ ਰਿਸ਼ਤੇਦਾਰੀ ਤੋਂ ਉੱਪਰ ਹੁੰਦੀ ਹੈ।"

ਨਿਰਾਲਾ ਬਚਪਨ

Extraordinary Childhood

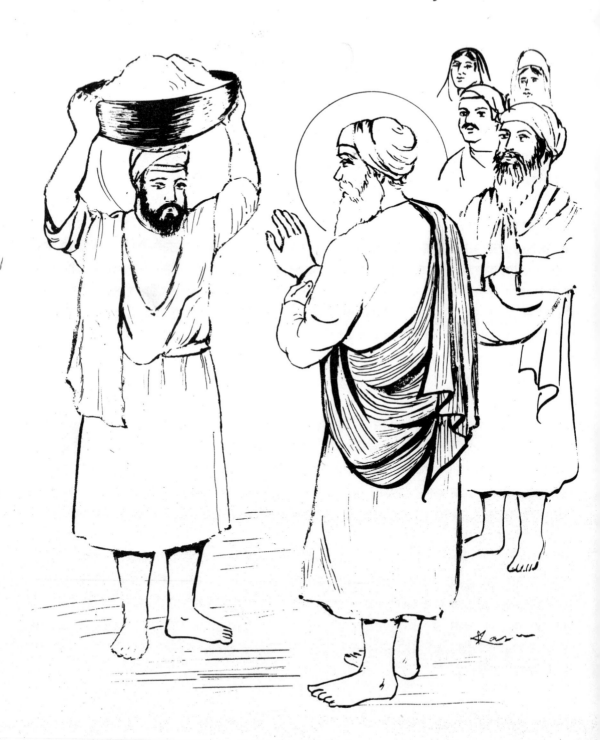

H.W. 9/5

Extraordinary Childhood

Guru Ram Dass was born on the 24th September, 1534 A.D., in Chuna Mandi Street of Lahore. His father, Hardas Sodhi was Khatri by caste. He was named Ram Dass but being the first child, he came to be called Jetha (first child) at home and in the locality. His parents passed away when he was seven. His maternal grand-parents lived at Basarke. After the death of his parents, his grandmother took him to Basarke. To make his living, he started selling boiled salted grams at Basarke. In 1546 A.D., Sri Amar Dass colonised Goindwal. As advised by Guru Angad Dev, he came to Basarke to take his family alongwith him. He also took Sri Ram Dass along to Goindwal.

After reaching Goindwal, Sri Ram Dass restarted his work of selling seasoned grams. After his round, he made it a daily routine to serve the devotees assembled for discourses. Guru Angad Dev entrusted the Guruship to Sri Amar Dass in 1552 A.D. and commanded him to preach Sikhism staying at Goindwal. One day Mother Mansha Devi requested Guru Amar Dass, "It is time, we should look for a suitable groom for our daughter Bhani." The Guru asked, "What type of groom should we look for ?" Sri Ram Dass was passing by at that time. Mother Mansha Devi pointed towards him and said, "The groom should be like him." The Guru said, "He is the only boy who resembles him. There is none else." In this way, considering Sri Ram Dass a suitable groom for Bibi Bhani, they were married in December, 1552 A.D.

Guru Amar Dass returned to Goindwal in 1558 A.D., after preaching to the masses assembled at Hindu places of pilgrimage, the practical way of life of sitting at a common place for taking meals, giving up differences of caste and creed and sharing common services. Reaching Goindwal, he started the construction of a step-well. On hearing the construction of the step-well, the devotees started pouring in to take part in the service. One day some pilgrims from Lahore who were going for a holy dip to Hardwar, stopped at Goindwal. They were surprised to see Sri Ram Dass, a son of a Khatri, carrying a basket of sand on his head and working alongwith people of low castes like an ordinary labourer in his in-law's house. They said to the Guru angrily, "You are making your son-in law work like a labourer of low caste. This is not becoming of you." Hearing his relatives talk like this, Sri Ram Dass went to the Guru and prayed, "Please do not be angry with them. They are innocent. They do not know what they are saying. They have no knowledge that service is above caste, creed and relationship."

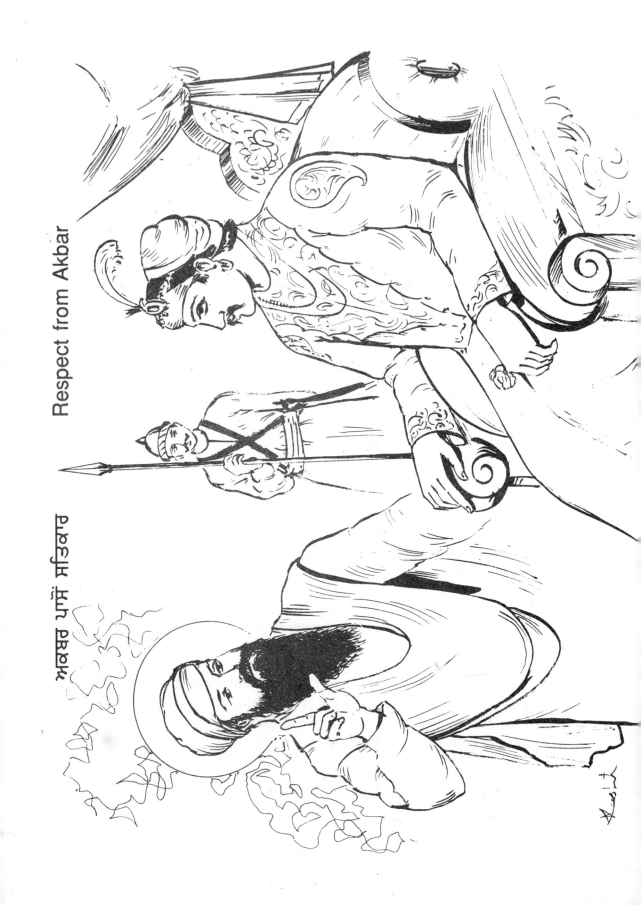

ਅਕਬਰ ਪਾਸੋਂ ਸਤਿਕਾਰ

Respect from Akbar

ਅਕਬਰ ਪਾਸੋਂ ਸਤਿਕਾਰ

1559 ਈਸਵੀ ਵਿਚ, ਗੋਇੰਦਵਾਲ ਵਿਖੇ, ਗੁਰੂ ਅਮਰ ਦਾਸ ਜੀ ਵੱਲੋਂ ਬਣਾਈ ਗਈ ਬਾਉਲੀ ਨਾਲ ਸਿੱਖੀ ਦਾ ਪ੍ਰਚਾਰ ਹੋਰ ਵਧ ਗਿਆ। ਜਿੱਥੇ ਪਹਿਲਾਂ ਸਾਰੀ ਸੰਗਤ ਇੱਕ ਪੰਗਤ ਵਿਚ ਬੈਠ ਕੇ ਲੰਗਰ ਛਕਦੀ ਸੀ, ਹੁਣ ਸੰਗਤ ਇੱਕੋ ਥਾਂ ਇਸ਼ਨਾਨ ਵੀ ਕਰਨ ਲੱਗੀ, ਜਿਸ ਨਾਲ ਜਾਤ-ਪਾਤ ਤੇ ਊਚ-ਨੀਚ ਦਾ ਭਰਮ ਸੰਗਤਾਂ ਦੇ ਮਨ ਵਿੱਚੋਂ ਹੋਰ ਦੂਰ ਹੋਣ ਲੱਗਿਆਂ। ਜਿਹੜਾ ਵੀ ਇੱਕ ਵਾਰੀ ਗੋਇੰਦਵਾਲ ਵਿਚ ਸਿੱਖਾਂ ਨੂੰ ਰਹਿੰਦੇ ਦੇਖ ਗਿਆ, ਉਸਨੇ ਆਪਣੇ ਪਿੰਡ ਜਾ ਕੇ ਉਸੇ ਤਰ੍ਹਾਂ ਦਾ ਪ੍ਰਚਾਰ ਸ਼ੁਰੂ ਕਰ ਦਿੱਤਾ। ਇਸ ਤਰ੍ਹਾਂ ਦੇ ਪ੍ਰਚਾਰ ਨਾਲ ਜਨਤਾ ਦੇ ਮਨਾਂ ਵਿੱਚੋਂ ਜਾਤ-ਪਾਤ ਦਾ ਭਰਮ ਦੂਰ ਹੋਣ ਲੱਗਿਆ, ਗੁਰੂ-ਘਰ ਨਾਲ ਸ਼ਰਧਾ ਪੈਦਾ ਹੋਣ ਲੱਗੀ ਤੇ ਲੋਕ ਬ੍ਰਾਹਮਣਵਾਦ ਨੂੰ ਇੱਕ ਵਾਧੂ ਭਾਰ ਸਮਝ ਕੇ ਇਸ ਤੋਂ ਛੁਟਕਾਰਾ ਪਾਉਣ ਲੱਗੇ। ਬ੍ਰਾਹਮਣਾਂ ਤੇ ਉੱਚ ਜਾਤੀਆਂ ਲਈ ਇਹ ਸਹਾਰਨਾ ਮੁਸ਼ਕਲ ਹੋ ਗਿਆ ਕਿ ਨੀਵੀਂ ਜਾਤੀ ਦੇ ਲੋਕੀਂ ਆਪਣੇ ਆਪ ਨੂੰ ਉਨ੍ਹਾਂ ਦੇ ਬਰਾਬਰ ਸਮਝਣ।

ਅਕਤੂਬਰ 1566 ਈਸਵੀ ਵਿਚ ਅਕਬਰ ਬਾਦਸ਼ਾਹ ਕੁਝ ਸਮੇਂ ਲਈ ਲਾਹੌਰ ਠਹਿਰਿਆ। ਅਕਬਰ ਦੀ ਹਾਜ਼ਰੀ ਦਾ ਲਾਭ ਉਠਾਉਂਦੇ ਹੋਏ, ਬ੍ਰਾਹਮਣਾਂ ਤੇ ਉੱਚ ਜਾਤੀਆਂ ਨੇ ਮਿਲ ਕੇ, ਗੁਰੂ ਅਮਰ ਦਾਸ ਜੀ ਦੇ ਖ਼ਿਲਾਫ਼ ਇਕ ਸ਼ਿਕਾਇਤਨਾਮਾ ਤਿਆਰ ਕਰ ਕੇ ਅਕਬਰ ਨੂੰ ਦਿੱਤਾ। ਅਕਬਰ ਨੇ ਸ਼ਿਕਾਇਤਨਾਮਾ ਪੜ੍ਹ ਕੇ ਗੁਰੂ ਅਮਰ ਦਾਸ ਜੀ ਨੂੰ ਗੋਇੰਦਵਾਲ ਸੁਨੇਹਾ ਭੇਜ ਦਿੱਤਾ ਕਿ ਉਹ ਲਾਹੌਰ ਪੁੱਜ ਕੇ ਉਨ੍ਹਾਂ ਸ਼ਿਕਾਇਤਾਂ ਦਾ ਉੱਤਰ ਦੇਣ। ਗੁਰੂ ਜੀ ਨੇ ਸੁਨੇਹਾ ਮਿਲਣ ਉੱਪਰ, ਸ਼ਿਕਾਇਤਾਂ ਦਾ ਉੱਤਰ ਦੇਣ ਲਈ ਸ੍ਰੀ ਰਾਮਦਾਸ ਜੀ ਨੂੰ ਆਪਣਾ ਪ੍ਰਤਿਨਿਧ ਬਣਾ ਕੇ ਅਕਬਰ ਪਾਸ ਲਾਹੌਰ ਭੇਜ ਦਿੱਤਾ।

ਲਾਹੌਰ ਦਰਬਾਰ ਵਿਚ ਸ੍ਰੀ ਰਾਮਦਾਸ ਜੀ ਨੇ ਸ਼ਿਕਾਇਤਨਾਮੇ ਦੇ ਸਵਾਲਾਂ ਦਾ ਉੱਤਰ ਵਾਰੀ ਵਾਰੀ ਦੇਣਾ ਸ਼ੁਰੂ ਕੀਤਾ। ਪਹਿਲੀ ਸ਼ਿਕਾਇਤ ਸੀ, "ਸਿੱਖ ਗਾਇਤ੍ਰੀ ਦਾ ਪਾਠ ਨਹੀਂ ਕਰਦੇ, ਜਿਸਨੂੰ ਵੇਦਾਂ ਦਾ ਸਿਧਾਂਤ ਦਿਨ ਵਿਚ ਤਿੰਨ ਵਾਰੀ ਪੜ੍ਹਨ ਲਈ ਕਹਿੰਦਾ ਹੈ।" ਸ੍ਰੀ ਰਾਮਦਾਸ ਨੇ ਕਿਹਾ, "ਵੇਦਾਂ ਦਾ ਸਿਧਾਂਤ ਇਹ ਵੀ ਕਹਿੰਦਾ ਹੈ ਕਿ ਗਾਇਤ੍ਰੀ ਦਾ ਪਾਠ ਸ਼ੂਦਰ ਨਹੀਂ ਕਰ ਸਕਦੇ, ਪਰ ਗੁਰੂ ਨਾਨਕ ਦੀ ਸਿੱਖਿਆ ਸਾਰੀਆਂ ਜਾਤਾਂ ਤੇ ਵਰਣਾਂ ਲਈ ਸਾਂਝੀ ਹੈ, ਜਿਹੜੀ ਹਰ ਸਮੇਂ ਪਰਮਾਤਮਾ ਨੂੰ ਯਾਦ ਰਖਣ ਲਈ ਕਹਿੰਦੀ ਹੈ, ਸਿਰਫ਼ ਤਿੰਨ ਵੇਲੇ ਮੂੰਹ ਨਾਲ ਪੜ੍ਹਨ ਲਈ ਹੀ ਨਹੀਂ।" ਦੂਜਾ ਸਵਾਲ ਕੀਤਾ ਗਿਆ, "ਸਿੱਖ ਹਿੰਦੂ ਤੀਰਥਾਂ ਦੀ ਯਾਤਰਾ ਨਹੀਂ ਕਰਦੇ।" ਸ੍ਰੀ ਰਾਮਦਾਸ ਜੀ ਨੇ ਉੱਤਰ ਦਿੱਤਾ, "ਤੀਰਥ, ਜਲ ਕਰਕੇ ਪਵਿੱਤਰ ਨਹੀਂ, ਉਹਨਾਂ ਮਹਾਂਪੁਰਖਾਂ ਤੇ ਵਿਦਵਾਨਾਂ ਦੇ ਰਹਿਣ ਕਰਕੇ ਪਵਿੱਤਰ ਸਨ, ਜਿਹੜੇ ਤੀਰਥਾਂ ਦੀ ਯਾਤਰਾ ਕਰਨ ਵਾਲਿਆਂ ਨੂੰ ਗਿਆਨ ਦਿੰਦੇ ਸਨ। ਹੁਣ ਤਾਂ ਤੀਰਥਾਂ ਉੱਪਰ ਭੇਟਾ ਇਕੱਠੀ ਕਰਨ ਵਾਲੇ ਬ੍ਰਾਹਮਣ ਹੀ ਵਸਦੇ ਹਨ। ਕੋਈ ਗਿਆਨ ਦੇਣ ਵਾਲਾ ਵਿਦਵਾਨ ਨਹੀਂ।" ਤੀਜਾ ਸਵਾਲ ਸੀ, "ਸਿੱਖ ਜਾਤ-ਪਾਤ ਨਹੀਂ ਮੰਨਦੇ।" ਸ੍ਰੀ ਰਾਮਦਾਸ ਜੀ ਨੇ ਉੱਤਰ ਦਿੱਤਾ, "ਜਾਤ-ਪਾਤ ਦੀ ਕਾਢ ਮਨੂ ਬ੍ਰਾਹਮਣ ਨੇ ਗ਼ਰੀਬਾਂ ਨੂੰ ਦਬਾਈ ਰਖਣ ਲਈ ਰਚੀ ਸੀ। ਜਨਤਾ ਦੀ ਭਲਾਈ ਲਈ ਨਹੀਂ।" ਚੌਥਾ ਸਵਾਲ ਸੀ, "ਸਿੱਖ ਮੂਰਤੀ-ਪੂਜਾ ਨਹੀਂ ਕਰਦੇ।" ਉਨ੍ਹਾਂ ਉੱਤਰ ਦਿੱਤਾ, "ਪੱਥਰ ਨਿਰਜੀਵ ਹੈ। ਸਿੱਖਾਂ ਦਾ ਪਰਮਾਤਮਾ ਸਦਾ ਜਿਊਂਦਾ ਹੈ। ਹਰ ਪਾਸੇ, ਹਰ ਸਮੇਂ ਮੌਜੂਦ ਹੈ।" ਸ੍ਰੀ ਰਾਮਦਾਸ ਜੀ ਪਾਸੋਂ ਸ਼ਿਕਾਇਤਾਂ ਦੇ ਉੱਤਰ ਸੁਣ ਕੇ ਅਕਬਰ ਦੀ ਨਿਸ਼ਾ ਹੋ ਗਈ। ਅਕਬਰ ਨੇ ਸਿਰੋਪਾਉ ਦੇ ਕੇ ਉਨ੍ਹਾਂ ਦਾ ਸਨਮਾਨ ਕੀਤਾ। ਸ੍ਰੀ ਰਾਮਦਾਸ ਜੀ ਨੇ ਅਕਬਰ ਪਾਸੋਂ ਵਿਦਾ ਹੋਣ ਤੋਂ ਪਹਿਲਾਂ ਉਸਨੂੰ ਕਿਹਾ, "ਕਿੰਨਾ ਚੰਗਾ ਹੋਵੇ ਜੇ ਤੁਸੀਂ ਹਿੰਦੂਆਂ ਤੋਂ ਤੀਰਥ ਯਾਤਰਾ ਟੈਕਸ ਤੇ ਜਜ਼ੀਆ ਲੈਣਾ ਬੰਦ ਕਰ ਦੇਵੋ।" ਅਕਬਰ ਨੇ ਗੁਰੂ ਜੀ ਦੀ ਗੱਲ ਮੰਨ ਲਈ।

Respect from Akbar

After the construction of the step-well in 1559 A.D., the teachings of Sikhism received a further boost. Whereas the devotees sat for their meals in Pangat upto that time, they now started bathing at one place which resulted in the elimination of differences on account of caste and creed from their minds. Who-so-ever saw the Sikhs living at Goindwal, started similar preaching on returning to his village. With this sort of preaching, the fallacy of caste and creed began to be cleared from the minds of the people. They started discarding Brahmins thinking it to be an unnecessary burden. It became difficult for the Brahmins and high caste people to bear that low caste people think themselves to be their equals.

In October 1566 A.D., King Akbar stayed for some time at Lahore. Taking advantage of his presence, the Brahmins and high caste people drafted a memorandum against Guru Amar Dass and presented it to Akbar. Having read the charge-sheet, Akbar sent word to Guru Amar Dass at Goindwal to come to Lahore and reply to those complaints. On receipt of the message, Guru Amar Dass sent Sri Ram Dass as his representative to Akbar to reply to the charges.

In the court at Lahore, Sri Ram Dass began replying to the charges in the complaint one by one. The first complaint was, "The Sikhs do not recite the 'Gayatri' which, according to the teaching of Vedas, is to be recited thrice a day." Sri Ram Dass said, "The doctrine of the Vedas also says that the Sudras (untouchables) cannot recite the Gayatri but the teaching of Guru Nanak is common for all the castes, creeds and faiths which tells us to remember God all the time and not merely to read it with the word of mouth only three times a day." The second question was put, "The Sikhs do not visit holy places of the Hindus." Sri Ram Dass replied, "The places of pilgrimage are not sacred because of the water but were sacred because of the sojourn of great and learned men who imparted knowledge to the pilgrims. Now, only Brahmins live at these places who only collect offerings. There is no learned man to impart knowledge." The third question was, "The Sikhs do not believe in caste system." Sri Ram Dass replied, "Manu Brahmin had invented the caste system in order to keep the poor oppressed. It was not for the welfare of the people." The fourth question was, "Sikhs do not worship the idols." He replied, "Stone has no life. The God of the Sikhs is ever-alive. He is present everywhere all the time." Akbar was convinced by the answers of Sri Ram Dass. Akbar honoured him with a robe of honour.

Before leaving, Sri Ram Dass said to Akbar, "It would be a great relief if you stop imposition of Jazia and Pilgrimage Tax on the Hindus." And Akbar complied with accordingly.

ਅੰਮ੍ਰਿਤਸਰ ਦੀ ਨੀਂਹ ਰਖਣੀ

ਜੂਨ 1570 ਈਸਵੀ ਵਿਚ, ਗੁਰੂ ਅਮਰ ਦਾਸ ਜੀ ਨੇ ਸ੍ਰੀ ਰਾਮਦਾਸ ਜੀ ਨੂੰ ਆਪਣੇ ਨਾਲ ਲਿਆ ਤੇ ਗੁਮਟਾਲਾ, ਤੁੰਗ, ਸੁਲਤਾਨਵਿੰਡ ਤੇ ਗਿੱਲਵਾਲੀ ਪਿੰਡਾਂ ਦੇ ਮੁਖੀਆਂ ਤੇ ਚੌਧਰੀਆਂ ਨੂੰ ਇਕੱਠੇ ਕਰ ਕੇ ਉਨ੍ਹਾਂ ਨੂੰ ਇੱਕ ਨਵਾਂ ਨਗਰ ਵਸਾਉਣ ਦੀ ਆਪਣੀ ਤਜਵੀਜ਼ ਦੱਸੀ। ਉਨ੍ਹਾਂ ਸਾਰਿਆਂ ਨੇ ਗੁਰੂ ਜੀ ਦੀ ਹਾਂ ਵਿਚ ਹਾਂ ਮਿਲਾ ਦਿੱਤੀ। ਜਿੰਨੀ ਜਿੰਨੀ ਜ਼ਮੀਨ ਗੁਰੂ ਜੀ ਨੇ ਨਗਰ ਵਸਾਉਣ ਲਈ ਉਨ੍ਹਾਂ ਪਾਸੋਂ ਮੰਗੀ, ਉਨ੍ਹਾਂ ਸਾਰਿਆਂ ਕਿਸੇ ਵੀ ਨਾਂਹ-ਨੁਕਰ ਕਰਨ ਤੋਂ ਬਿਨਾਂ ਦੇ ਦਿੱਤੀ। ਗੁਰੂ ਜੀ ਨੇ ਉਨ੍ਹਾਂ ਦੀ ਜ਼ਮੀਨ ਦੇ ਹਿਸਾਬ ਉਨ੍ਹਾਂ ਨੂੰ ਪੈਸੇ ਦੇ ਕੇ ਜ਼ਮੀਨ ਦਾ ਪਟਾ ਆਪਣੇ ਨਾਂ ਲਿਖਵਾ ਲਿਆ ਤੇ ਨਵੇਂ ਨਗਰ ਦਾ ਨਾਂ 'ਗੁਰੂ ਕਾ ਚੱਕ' ਰਖ ਕੇ ਉਸਾਰੀ ਦਾ ਨੀਂਹ-ਪੱਥਰ ਰਖ ਦਿੱਤਾ।

ਗੁਰੂ ਕੇ ਚੱਕ ਦਾ ਨੀਂਹ-ਪੱਥਰ ਉਸ ਥਾਂ ਰਖਿਆ ਗਿਆ, ਜਿੱਥੇ ਗੁਰੂ ਨਾਨਕ ਦੇਵ ਜੀ ਨੇ 1497 ਈਸਵੀ ਵਿਚ ਆਪਣੇ ਪਵਿੱਤਰ ਚਰਨ ਪਾਏ ਸਨ, ਜਦੋਂ ਉਹ ਭਾਈ ਮਰਦਾਨੇ ਨੂੰ ਨਾਲ ਲੈ ਕੇ ਭੁੱਲੀ ਹੋਈ ਜਨਤਾ ਨੂੰ ਸੱਚਾ ਮਾਰਗ ਦਿਖਾਉਣ ਲਈ ਸੁਲਤਾਨਪੁਰ ਤੋਂ ਆਪਣੀ ਪਹਿਲੀ ਫੇਰੀ ਉੱਪਰ ਚਲੇ ਸਨ। ਇਸ ਥਾਂ ਬੈਠੇ ਹੋਇਆਂ ਗੁਰੂ ਨਾਨਕ ਦੇਵ ਜੀ ਨੇ ਕਿਹਾ ਸੀ, "ਭਾਈ ਮਰਦਾਨਿਆ, ਕਿਸੇ ਸਮੇਂ ਇਸ ਥਾਂ ਤੀਰਥ ਪ੍ਰਗਟ ਹੋਵੇਗਾ ਤੇ ਧਰਮ ਦਾ ਪ੍ਰਚਾਰ-ਕੇਂਦਰ ਬਣੇਗਾ।" ਗੁਰੂ ਨਾਨਕ ਦੇਵ ਜੀ ਦੇ ਵਾਕ ਸੱਚੇ ਹੋਣ ਲੱਗੇ। ਗੁਰੂ ਅਮਰ ਦਾਸ ਜੀ ਨੇ ਸ੍ਰੀ ਰਾਮਦਾਸ ਜੀ ਨੂੰ ਚੰਗੀ ਤਰ੍ਹਾਂ ਸਮਝਾਉਣ ਪਿੱਛੋਂ ਕਿ ਕਿਸ ਤਰ੍ਹਾਂ ਦਾ ਨਗਰ ਵਸਾਉਣ ਦਾ ਉਨ੍ਹਾਂ ਦਾ ਪ੍ਰੋਗਰਾਮ ਸੀ, ਉਹ ਆਪ ਵਾਪਸ ਗੋਇੰਦਵਾਲ ਮੁੜ ਗਏ ਤੇ ਨਗਰ ਦੀ ਉਸਾਰੀ ਦੀ ਜ਼ਿੰਮੇਵਾਰੀ ਸ੍ਰੀ ਰਾਮਦਾਸ ਜੀ ਨੂੰ ਸੌਂਪ ਗਏ। ਉਨ੍ਹਾਂ ਨੇ ਗੁਰੂ ਦੇ ਹੁਕਮ ਅਨੁਸਾਰ ਨਿਵਾਸ ਅਸਥਾਨ ਬਣਵਾਇਆ, ਜਿਹੜਾ 'ਗੁਰੂ ਕੇ ਕੋਠੇ' ਨਾਲ ਪ੍ਰਸਿੱਧ ਹੋ ਗਿਆ। ਉਸ ਪਿੱਛੋਂ ਉਨ੍ਹਾਂ ਸੰਤੋਖਸਰ ਸਰੋਵਰ ਲਈ ਖੁਦਾਈ ਸ਼ੁਰੂ ਕਰਵਾ ਦਿੱਤੀ। ਸਿੱਖ ਸੇਵਾਦਾਰਾਂ ਤੇ ਦਿਹਾੜੀਦਾਰਾਂ ਨੇ ਕੰਮ ਲੰਮੇ ਸਮੇਂ ਦਾ ਦੇਖ ਕੇ ਆਪਣੇ ਰਹਿਣ ਲਈ ਉਥੇ ਹੀ ਘਰ ਬਣਾਉਣੇ ਅਰੰਭ ਕਰ ਦਿੱਤੇ। ਸ੍ਰੀ ਰਾਮਦਾਸ ਜੀ ਨੇ ਸੇਵਾਦਾਰਾਂ ਤੇ ਹੋਰ ਕਾਮਿਆਂ ਲਈ ਲੰਗਰ ਦਾ ਪ੍ਰਬੰਧ ਕਰ ਦਿੱਤਾ, ਜਿੱਥੇ ਹਰ ਜ਼ਰੂਰਤਮੰਦ ਪੇਟ ਭਰ ਕੇ ਖਾਣਾ ਖਾ ਸਕਦਾ ਸੀ।

ਇੱਕ ਵਾਰੀ ਸ੍ਰੀ ਰਾਮਦਾਸ ਜੀ, ਗੁਰੂ ਕੇ ਚੱਕ ਤੋਂ ਗੋਇੰਦਵਾਲ ਵਿਖੇ ਗੁਰੂ ਜੀ ਦੇ ਦਰਸ਼ਨਾਂ ਲਈ ਗਏ ਹੋਏ ਸਨ। ਉਨ੍ਹਾਂ ਪਾਸੋਂ ਗੁਰੂ ਜੀ ਨਵੇਂ ਨਗਰ ਦੀ ਉਸਾਰੀ ਦਾ ਕੰਮ ਬੜੇ ਜ਼ੋਰਾਂ ਉੱਪਰ ਚਲਦਾ ਸੁਣ ਕੇ ਬੜੇ ਖ਼ੁਸ਼ ਹੋਏ। ਗੁਰੂ ਜੀ ਨੇ ਸ੍ਰੀ ਰਾਮਦਾਸ ਜੀ ਨੂੰ ਗੁਰਗੱਦੀ ਦੇ ਯੋਗ ਦੇਖ ਕੇ 1 ਸਤੰਬਰ 1574 ਈਸਵੀ ਨੂੰ ਇਹ ਜ਼ਿੰਮੇਵਾਰੀ ਸੌਂਪ ਦਿੱਤੀ ਤੇ ਆਪਣੇ ਪਰਵਾਰ ਸਮੇਤ ਨਵੇਂ ਵਸ ਰਹੇ ਨਗਰ ਚਲੇ ਜਾਣ ਦੀ ਆਗਿਆ ਕਰ ਦਿੱਤੀ। ਗੁਰੂ ਰਾਮਦਾਸ ਜੀ ਦੇ ਗੁਰੂ ਕੇ ਚੱਕ ਵਿਖੇ ਨਿਵਾਸ ਕਰਨ ਨਾਲ ਗੁਰੂ ਦੇ ਦਰਸ਼ਨ ਕਰਨ ਲਈ ਸੰਗਤ ਇੱਥੇ ਪੁੱਜਣ ਲੱਗ ਪਈ। ਉਸ ਪਿੱਛੋਂ ਇਸ ਨਗਰ ਦਾ ਨਾਂ ਚੱਕ ਰਾਮਦਾਸ ਹੋ ਗਿਆ ਤੇ ਹਰ ਕਿੱਤੇ ਦੇ ਲੋਕੀ ਇੱਥੇ ਆ ਕੇ ਵੱਸਣ ਲੱਗੇ। 1577 ਈਸਵੀ ਵਿਚ ਗੁਰੂ ਜੀ ਨੇ ਤੁੰਗ ਪਿੰਡ ਵਾਲਿਆਂ ਪਾਸੋਂ ਪੰਜ ਸੌ ਵਿਘੇ ਹੋਰ ਜ਼ਮੀਨ ਖ਼ਰੀਦ ਲਈ ਤਾਂ ਜੋ ਨਗਰ ਦੇ ਵਧਣ ਵਿਚ ਕੋਈ ਮੁਸ਼ਕਲ ਨਾ ਹੋਵੇ। ਅੰਮ੍ਰਿਤਸਰ ਸਰੋਵਰ ਦੇ ਬਣ ਜਾਣ ਪਿੱਛੋਂ ਨਗਰ ਦਾ ਨਾਂ ਅੰਮ੍ਰਿਤਸਰ ਪ੍ਰਸਿੱਧ ਹੋ ਗਿਆ।

ਅੰਮ੍ਰਿਤਸਰ ਦੀ ਨੀਂਹ ਰੱਖਣੀ

Laying Foundation of Amritsar

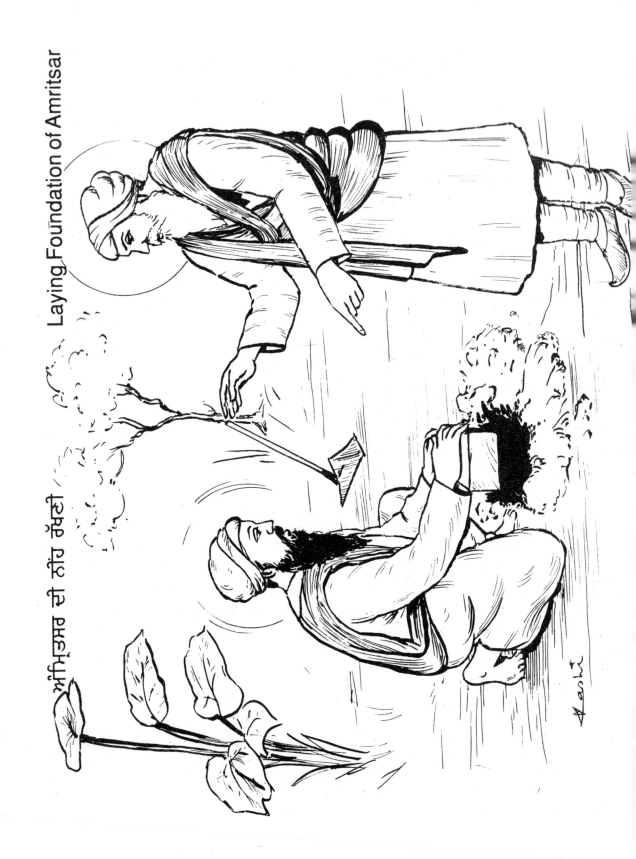

Laying Foundation of Amritsar

In June 1570 A.D., Guru Amar Dass took Sri Ram Dass with him, assembled together headmen and prominent people of Gumtala, Tung, Sultanwind and Gill-wali. The Guru put before them his proposal to colonise a new town. All of them acceded to the Guru's proposal. All of them gave, without any hesitation, the land demanded by the Guru for founding the town. The Guru after making payment for the land according to the measurements, got the deed transfered in his name. The town was named 'Guru ka Chakk' and the foundation stone was laid.

The foundation stone of Guru ka Chakk was laid at the place where Guru Nanak Dev had set his foot in 1497 A.D., when he had started his first long journey along with Bhai Mardana from Sultanpur to show the true path to the people gone astray. Sitting at this place, Guru Nanak Dev had said, "Bhai Mardana! One day a big city will emerge at this place and it will be a centre of propagation of faith." The words of Guru Nanak Dev were being fulfilled. Guru Amar Dass gave detailed instructions to Sri Ram Dass about the type of the town he wanted to build and returned to Goindwal entrusting the responsibility of construction to Sri Ram Dass. He got a residential house constructed in accordance with the Guru's orders which came to be known as 'Guru Ke Kothe'. After that he took up excavation for Santokh Sar pool. The Sikhs serving at the site and daily labourers, perceiving the work to be of long duration, started constructing houses for themselves. Sri Ram Dass started Langar (free kitchen) for the Sikhs and other workers where every needy person could take meals to his fill.

Once Sri Ram Dass had gone to Goindwal from Guru ka Chakk for an audience with the Guru. The Guru was very pleased to hear from him that the colonisation work of the new town was at full swing. Finding Sri Ram Dass competent for the leadership of the Sikhs, the Guru entrusted him with this responsibility on the 1st September, 1574 A.D., and ordered him to go to the new town being colonised alongwith his family. Due to the shifting of the Guru's abode to the newly founded town, the devotees started coming to this place and behold their Guru. The people of all trades started settling at this place and the name of the town changed to Chakk Ram Dass. In 1577 A.D., Guru bought additional five hundred bighas of land from the villagers of Tung so that there may not be any difficulty in the expansion of the town. After the construction of Amritsar pool the town became famous as Amritsar (pool of nectar).

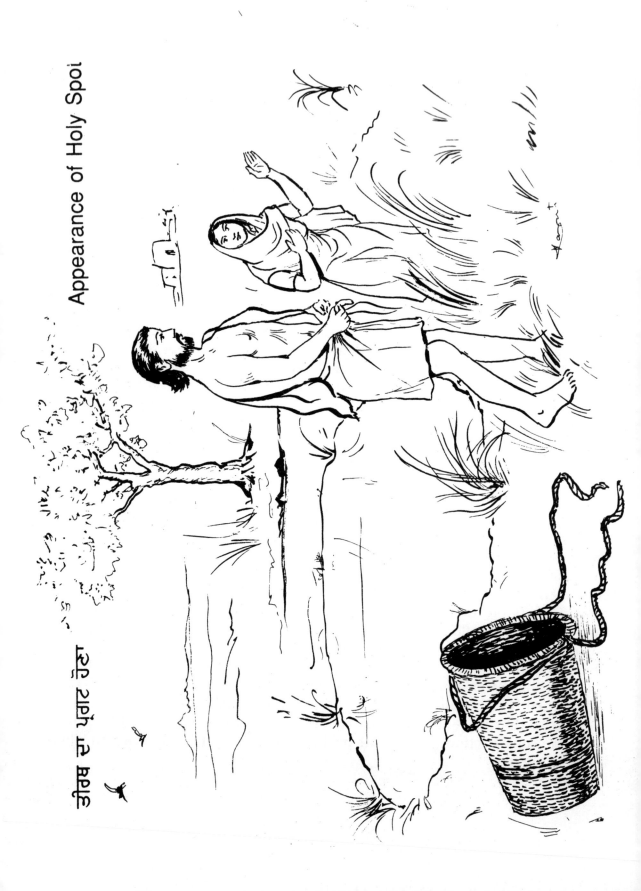

ਤੀਰਥ ਦਾ ਪ੍ਰਗਟ ਹੋਣਾ

Appearance of Holy Spot

ਤੀਰਥ ਦਾ ਪ੍ਰਗਟ ਹੋਣਾ

1570 ਈਸਵੀ ਵਿਚ ਗੁਰੂ ਅਮਰ ਦਾਸ ਜੀ 'ਗੁਰੂ ਕਾ ਚੱਕ' ਦਾ ਨੀਂਹ ਪੱਥਰ ਰਖਵਾ ਕੇ, ਗੋਇੰਦਵਾਲ ਨੂੰ ਵਾਪਸ ਆਉਣ ਲੱਗੇ ਸ੍ਰੀ ਰਾਮਦਾਸ ਜੀ ਨੂੰ ਦੱਸ ਆਏ ਸਨ ਕਿ ਸਮਾਂ ਆਉਣ ਉੱਪਰ ਉਸ ਜਗ੍ਹਾ ਇੱਕ ਬਹੁਤ ਵੱਡਾ ਤੀਰਥ ਪ੍ਰਗਟ ਹੋਵੇਗਾ। 1577 ਈਸਵੀ ਵਿਚ ਕੁਝ ਸਿੱਖ, ਇੱਕ ਬੀਬੀ ਤੇ ਮਰਦ ਨੂੰ ਨਾਲ ਲੈ ਗੁਰੂ ਰਾਮਦਾਸ ਜੀ ਪਾਸ ਹਾਜ਼ਰ ਹੋਏ। ਗੁਰੂ ਜੀ ਦੇ ਚਰਨਾਂ ਵਿਚ ਨਮਸਕਾਰ ਕਰ ਕੇ ਉਸ ਬੀਬੀ ਨੇ ਬੇਨਤੀ ਕੀਤੀ, "ਗੁਰੂ ਜੀ, ਮੇਰੀ ਆਪਬੀਤੀ ਸੁਣ ਕੇ ਜਿਹੜਾ ਫ਼ੈਸਲਾ ਆਪ ਕਰੋਗੇ, ਮੈਂ ਮੰਨ ਲਵਾਂਗੀ।" ਇਹ ਕਹਿ ਕੇ ਉਸ ਬੀਬੀ ਨੇ ਕਹਿਣਾ ਸ਼ੁਰੂ ਕੀਤਾ:

"ਮੇਰਾ ਨਾਂ ਰਜਨੀ ਹੈ। ਮੈਂ ਦੁਨੀ ਚੰਦ ਖੱਤਰੀ, ਪੱਟੀ ਪਿੰਡ ਦੇ ਜ਼ਿਮੀਦਾਰ ਦੀ ਛੋਟੀ ਧੀ ਹਾਂ। ਮੇਰੀਆਂ ਹੋਰ ਚਾਰ ਵੱਡੀਆਂ ਭੈਣਾਂ ਹਨ। ਇੱਕ ਦਿਨ ਸਾਡੇ ਪਿਤਾ ਨੇ ਸਾਨੂੰ ਪੁੱਛਿਆ, 'ਤੁਹਾਨੂੰ ਖਾਣ ਨੂੰ ਕੌਣ ਦਿੰਦਾ ਹੈ ?' ਮੇਰੇ ਬਿਨਾਂ ਬਾਕੀ ਸਾਰੀਆਂ ਭੈਣਾਂ ਨੇ ਉੱਤਰ ਦਿੱਤਾ, 'ਪਿਤਾ ਜੀ, ਤੁਸੀਂ ਦਿੰਦੇ ਹੋ।' ਮੈਂ ਸੁਣਿਆ ਹੋਇਆ ਸੀ ਕਿ ਪਰਮਾਤਮਾ ਸਭ ਨੂੰ ਖਾਣ ਨੂੰ ਦਿੰਦਾ ਹੈ, ਇਸ ਲਈ ਮੈਂ ਕਹਿ ਦਿੱਤਾ, 'ਮੈਨੂੰ ਖਾਣ ਨੂੰ ਪਰਮਾਤਮਾ ਦਿੰਦਾ ਹੈ।' ਮੇਰੇ ਪਿਤਾ ਮੇਰੇ ਇਸ ਉੱਤਰ ਉੱਪਰ ਬਹੁਤ ਗ਼ੁੱਸੇ ਹੋਏ। ਉਸਨੇ ਕਿਹਾ, 'ਮੈਂ ਦੇਖਾਂਗਾ! ਕਿ ਤੈਨੂੰ ਕਿਵੇਂ ਪਰਮਾਤਮਾ ਖਾਣ ਨੂੰ ਦੇਵੇਗਾ।' ਜਦੋਂ ਮੈਂ ਵੱਡੀ ਹੋ ਗਈ ਤਾਂ ਉਸਨੇ ਮੇਰਾ ਵਿਆਹ ਇੱਕ ਪਿੰਗਲੇ ਨਾਲ ਕਰ ਕੇ ਸਾਨੂੰ ਦੋਹਾਂ ਨੂੰ ਘਰੋਂ ਕੱਢ ਦਿੱਤਾ। ਮੈਂ ਆਪਣੇ ਪਤੀ ਨੂੰ ਇੱਕ ਟੋਕਰੀ ਵਿਚ ਪਾ ਕੇ ਸਿਰ ਉੱਪਰ ਰਖ ਲਿਆ ਤੇ ਪਿੰਡਾਂ ਵਿਚ ਮੰਗ ਕੇ ਗੁਜ਼ਾਰਾ ਕਰਨ ਲੱਗੀ। ਅੱਜ ਸਵੇਰੇ ਮੈਂ ਆਪਣੇ ਪਿੰਗਲੇ ਪਤੀ ਦੀ ਟੋਕਰੀ, ਇਕ ਛਪੜੀ ਦੇ ਕੰਢੇ, ਇੱਕ ਬੇਰੀ ਦੀ ਛਾਂ ਥੱਲੇ ਰੱਖ ਕੇ, ਪਿੰਡ ਵਿੱਚੋਂ ਕੁਝ ਖਾਣ ਲਈ ਮੰਗਣ ਚਲੀ ਗਈ। ਜਦੋਂ ਮੈਂ ਮੁੜ ਕੇ ਆਈ ਤਾਂ ਮੇਰੇ ਪਤੀ ਵਾਲੀ ਟੋਕਰੀ ਖ਼ਾਲੀ ਸੀ ਤੇ ਇਹ ਮਰਦ ਛਪੜੀ ਦੇ ਕੰਢੇ, ਉਸੇ ਬੇਰੀ ਦੇ ਥੱਲੇ ਮੇਰੇ ਪਤੀ ਦੀ ਟੋਕਰੀ ਕੋਲ ਬੈਠਾ ਸੀ। ਜਦੋਂ ਮੈਂ ਇਸਨੂੰ ਆਪਣੇ ਪਤੀ ਬਾਰੇ ਪੁੱਛਿਆ ਤਾਂ ਇਸਨੇ ਉੱਤਰ ਦਿੱਤਾ, 'ਮੈਂ ਹੀ ਤੇਰਾ ਪਿੰਗਲਾ ਪਤੀ ਹਾਂ।'"

ਗੁਰੂ ਜੀ ਦੇ ਪੁੱਛਣ ਉੱਪਰ ਉਸ ਮਰਦ ਨੇ ਉੱਤਰ ਦਿੱਤਾ, "ਮੈਂ ਹੀ ਇਸਦਾ ਪਤੀ ਹਾਂ। ਜਦੋਂ ਰਜਨੀ, ਮੇਰੀ ਟੋਕਰੀ ਛਪੜੀ ਦੇ ਕੰਢੇ ਰਖ ਕੇ ਚਲੀ ਗਈ ਤਾਂ ਮੈਂ ਦੇਖਿਆ ਕਿ ਉਸ ਛਪੜੀ ਦੇ ਪਾਣੀ ਵਿਚ ਕਾਂ ਗੋਤਾ ਲਗਾ ਕੇ ਬਗਲਿਆਂ ਵਰਗੇ ਚਿੱਟੇ ਹੋ ਕੇ ਉੱਡ ਜਾਂਦੇ ਸਨ। ਮੈਂ ਵੀ ਰਿੜ੍ਹਦਾ ਰਿੜ੍ਹਦਾ ਉਸ ਛਪੜੀ ਵਿਚ ਚਲਿਆ ਗਿਆ। ਉਸ ਛਪੜੀ ਦੇ ਪਾਣੀ ਦੇ ਮੇਰੇ ਸਰੀਰ ਨੂੰ ਲੱਗਣ ਨਾਲ ਮੇਰਾ ਰੋਗ ਦੂਰ ਹੋ ਗਿਆ। ਜਦੋਂ ਰਜਨੀ ਵਾਪਸ ਆਈ ਤਾਂ ਮੈਂ ਇਸ ਨੂੰ ਸਭ ਕੁਝ ਦੱਸਿਆ ਪਰ ਇਸਨੂੰ ਮੇਰੇ ਉੱਪਰ ਯਕੀਨ ਨਹੀਂ ਆ ਰਿਹਾ।"

ਗੁਰੂ ਜੀ ਨੇ ਉਸ ਬੀਬੀ ਨੂੰ ਕਿਹਾ, "ਰਜਨੀ, ਇਹ ਤੇਰਾ ਹੀ ਪਤੀ ਹੈ। ਤੇਰਾ ਪਰਮਾਤਮਾ ਵਿਚ ਭਰੋਸਾ ਹੋਣ ਕਰਕੇ ਤੇਰਾ ਪਿੰਗਲਾ ਪਤੀ ਉਸ ਛਪੜੀ ਦੇ ਪਾਣੀ ਨਾਲ ਅਰੋਗ ਹੋ ਗਿਆ ਹੈ।" ਰਜਨੀ ਨੂੰ ਗੁਰੂ ਜੀ ਦੇ ਕਹਿਣ ਉੱਪਰ ਯਕੀਨ ਆ ਗਿਆ। ਉਸ ਪਿੱਛੋਂ ਗੁਰੂ ਜੀ ਨੇ ਸੰਗਤ ਨੂੰ ਦੱਸਿਆ, "ਇਹ ਛਪੜੀ ਉਹ ਤੀਰਥ ਹੈ, ਜਿਸਦੇ ਬਾਰੇ ਗੁਰੂ ਅਮਰ ਦਾਸ ਜੀ ਭਵਿੱਖਬਾਣੀ ਕਰ ਗਏ ਸਨ।" ਦੂਜੇ ਦਿਨ ਅੰਮ੍ਰਿਤ ਵੇਲੇ, ਬਾਬਾ ਬੁੱਢਾ ਜੀ ਨੂੰ ਨਾਲ ਲੈ ਕੇ ਗੁਰੂ ਜੀ ਨੇ ਸਰੋਵਰ ਦੀ ਪੁਟਾਈ ਸ਼ੁਰੂ ਕਰਵਾ ਦਿੱਤੀ। ਇਸ ਅੰਮ੍ਰਿਤ ਦੇ ਸਰੋਵਰ ਬਣਨ ਨਾਲ 'ਗੁਰੂ ਕਾ ਚੱਕ' ਦਾ ਨਾਂ ਅੰਮ੍ਰਿਤਸਰ ਹੋ ਗਿਆ।

Appearance of Holy Spot

While returning to Goindwal after laying the foundation of Guru ka Chakk in 1570 A.D., Guru Amar Dass had told Sri Ram Dass that a great place of pilgrimage would appear at this place at proper time. In 1577 A.D., some Sikhs presented themselves before Guru Ram Dass with a woman and a man. After paying obeisance to the Guru that woman requested, "Respected Guru ! Please listen all that happened to me. I shall bow to the decision you make after that." Saying this that woman started her narration.

"My name is Rajni. I am the youngest daughter of Duni Chand, a landlord of village Patti. I have four elder sisters. One day our father asked, 'Who provides for you to eat ?' All the sisters except me replied, 'Father, it is you.' I had heard that God provides for everyone. As such I said, 'It is God that gives me to eat.' My father was very angry at this reply of mine. He said, 'I shall see how God provides for you.' When I grew up, he married me off to a physically handicapped man and turned me out of the house. I put my husband in a basket and carrying him on my head, started making my living by begging in the villages. This morning, I placed the basket with my husband by the bank of a pond in the shade of a 'ber' tree and went to the village to beg for something to eat. When I returned, the basket in which I had left my husband, was empty and this man was sitting on the bank of that pond under the shade of that tree. When I asked him about my husband, he replied, 'I am none other than your crippled husband.' "

On being asked by the Guru, that man replied, "I am her husband. When Rajni went, leaving my basket on the bank of that pond, I observed that crows dived in the water of that pond and flew away with their colour changing from black to white like that of doves. I also crawled to that pond. By contact of water of that pond with my body my ailment was cured. I told Rajni everything on her return but she does not believe me."

The Guru told that woman, "Rajni ! He is your husband. Due to your belief in God, your crippled husband has been cured with the water of that pond." Rajni believed what the Guru said. After that, the Guru told the congregation, "This pond is the holy spot about which Guru Amar Dass had foretold." Early next morning, the Guru took Baba Budha alongwith him and started excavation of the pool. By the construction of this pool of Amrit (nectar), Guru ka Chakk came to be called Amritsar.

ਜੋਗੀਆਂ ਨਾਲ ਚਰਚਾ

ਜਿਸ ਸਮੇਂ ਗੁਰੂ ਰਾਮਦਾਸ ਜੀ ਅੰਮ੍ਰਿਤਸਰ ਸਰੋਵਰ ਦੀ ਸੇਵਾ ਕਰਵਾ ਰਹੇ ਸਨ, ਉਨ੍ਹਾਂ ਪਾਸ ਇੱਕ ਜੋਗੀਆਂ ਦੀ ਮੰਡਲੀ ਆਈ। ਗੁਰੂ ਜੀ ਨੇ ਉਨ੍ਹਾਂ ਨੂੰ ਬੜੇ ਸਤਿਕਾਰ ਨਾਲ ਬਿਠਾ ਕੇ ਉਨ੍ਹਾਂ ਦੇ ਆਉਣ ਦਾ ਮਨੋਰਥ ਪੁੱਛਿਆ।

ਜੋਗੀਆਂ ਦੇ ਮੁਖੀ ਨੇ ਕਿਹਾ, "ਗੁਰੂ ਜੀ, ਆਪ ਦੇ ਸਿੱਖ 'ਅਸ਼ਟ ਜੋਗ' ਨਹੀਂ ਸਿੱਖਦੇ। ਇਨ੍ਹਾਂ ਦਾ ਮਨ ਜੋਗ ਸਿੱਖੇ ਬਿਨਾਂ ਆਪਣੇ ਵਸ ਵਿਚ ਨਹੀਂ ਹੋ ਸਕਦਾ। ਜੇ ਮਨ ਵਸ ਵਿਚ ਨਾ ਹੋਵੇ ਤਾਂ ਆਪਣੇ ਆਪ ਦੀ ਸੋਝੀ ਨਹੀਂ ਪੈਂਦੀ। ਜਦੋਂ ਤਕ ਮਨ ਨੂੰ ਆਪਣੇ ਆਪ ਦੀ ਸੋਝੀ ਨਾ ਹੋਵੇ ਤਦ ਤਕ ਮਨ ਧਰਮ ਦੇ ਕਰਮਾਂ ਨਾਲ ਨਹੀਂ ਜੁੜ ਸਕਦਾ। ਧਰਮ ਦੇ ਕਰਮ ਕੀਤੇ ਬਿਨਾਂ ਮੁਕਤੀ ਪ੍ਰਾਪਤ ਨਹੀਂ ਹੁੰਦੀ। ਜੇ ਤੁਹਾਡੇ ਸਿੱਖਾਂ ਨੂੰ ਮੁਕਤੀ ਨਾ ਮਿਲੀ, ਮਾਇਆ ਦੇ ਬੰਧਨਾਂ ਵਿਚ ਹੀ ਫਸੇ ਰਹੇ ਤਾਂ ਉਨ੍ਹਾਂ ਨੂੰ ਤੁਹਾਡੀ ਸਿੱਖੀ ਧਾਰਨ ਕਰਨ ਦਾ ਕੀ ਲਾਭ ? ਸਾਡਾ ਇਹ ਸ਼ੰਕਾ ਦੂਰ ਕਰੋ।"

ਗੁਰੂ ਜੀ ਨੇ ਉੱਤਰ ਦਿੱਤਾ, "ਪ੍ਰੇਮ ਤੋਂ ਬਿਨਾਂ ਪਰਮਾਤਮਾ ਨੂੰ ਨਹੀਂ ਪਾਇਆ ਜਾ ਸਕਦਾ। ਪਰਮਾਤਮਾ ਨੂੰ ਪਾਏ ਬਿਨਾਂ ਮੁਕਤੀ ਨਹੀਂ ਹੋ ਸਕਦੀ। ਇਸ ਲਈ ਅਸੀਂ ਆਪਣੇ ਸਿੱਖਾਂ ਨੂੰ ਪਰਮਾਤਮਾ ਨਾਲ ਪ੍ਰੇਮ ਕਰਨ ਦੀ ਸਿੱਖਿਆ ਦਿੰਦੇ ਹਾਂ। ਜਦੋਂ ਮਨ ਵਿਚ ਉਸ ਪਰਮਾਤਮਾ ਦਾ ਪ੍ਰੇਮ ਜਾਗ ਪੈਂਦਾ ਹੈ ਤਾਂ ਹਰ ਪਾਸੇ ਉਹ ਆਪਣੀ ਸਾਜੀ ਹੋਈ ਕੁਦਰਤ ਵਿਚ ਨਜ਼ਰ ਆਉਣ ਲਗ ਜਾਂਦਾ ਹੈ। ਇਸ ਤਰ੍ਹਾਂ ਸਿੱਖ ਹਰ ਸਮੇਂ ਪਰਮਾਤਮਾ ਦੇ ਪ੍ਰੇਮ ਵਿਚ ਰੰਗੇ ਰਹਿੰਦੇ ਹਨ, ਜਿਸ ਨਾਲ ਉਨ੍ਹਾਂ ਨੂੰ ਆਤਮਾ ਦੀ ਸੋਝੀ ਹੋ ਜਾਂਦੀ ਹੈ। ਦਾਤਾਂ ਦੇਣ ਵਾਲੇ ਨਾਲ ਪ੍ਰੇਮ ਕਰ ਕੇ ਦਾਤਾਂ ਦੀ ਘਾਟ ਨਹੀਂ ਰਹਿੰਦੀ। ਇਸ ਲਈ ਪਰਮਾਤਮਾ ਨੂੰ ਪ੍ਰੇਮ ਕਰਨ ਵਾਲਿਆਂ ਦੇ ਮਨਾਂ ਵਿਚ ਦਾਤਾਂ ਪ੍ਰਾਪਤ ਕਰਨ ਦੀ ਖ਼ਾਹਿਸ਼ ਖ਼ਤਮ ਹੋ ਜਾਂਦੀ ਹੈ। ਉਨ੍ਹਾਂ ਦੇ ਸਭ ਦੁੱਖ ਦੂਰ ਹੋ ਜਾਂਦੇ ਹਨ। ਆਤਮਾ ਦਾ ਗਿਆਨ ਹੋਣ ਨਾਲ ਹਉਮੈ ਖ਼ਤਮ ਹੋ ਜਾਂਦੀ ਹੈ। ਸੰਸਾਰ ਦੇ ਕੰਮ-ਕਾਰ ਕਰਦੇ ਹੋਏ ਵੀ ਉਹ ਸਿੱਖ ਮਾਇਆ-ਮੋਹ ਵਿਚ ਨਹੀਂ ਫਸਦੇ।"

ਗੁਰੂ ਜੀ ਨੇ ਉਨ੍ਹਾਂ ਨੂੰ ਪੁੱਛਿਆ, "ਜਿਨ੍ਹਾਂ ਜੋਗੀਆਂ ਨੂੰ ਜੋਗ ਕਰਨ ਪਿੱਛੋਂ ਆਤਮਾ ਦੀ ਸੋਝੀ ਪੈ ਜਾਂਦੀ ਹੈ ਤਾਂ ਉਹ ਪਹਾੜੀਆਂ ਉੱਪਰ ਜਾਂ ਜੰਗਲਾਂ ਵਿਚ ਕਿਉਂ ਰਹਿੰਦੇ ਹਨ ? ਉਹ ਭਟਕ ਰਹੀ ਜਨਤਾ ਨੂੰ ਦੁੱਖਾਂ ਤੇ ਤਕਲੀਫ਼ਾਂ ਤੋਂ ਛੁਟਕਾਰਾ ਪਾਉਣ ਦਾ ਰਾਹ ਕਿਉਂ ਨਹੀਂ ਦਸਦੇ ?" ਉਨ੍ਹਾਂ ਜੋਗੀਆਂ ਨੂੰ ਗੁਰੂ ਜੀ ਦੇ ਸਵਾਲ ਦਾ ਕੋਈ ਉੱਤਰ ਨਾ ਸੁੱਝਿਆ ਤਾਂ ਗੁਰੂ ਜੀ ਨੇ ਇਹ ਸ਼ਬਦ ਉਚਾਰਣ ਕੀਤਾ :

ਹਥਿ ਕਰਿ ਤੰਤੁ ਵਜਾਵੈ ਜੋਗੀ ਥੋਥਰ ਵਾਜੈ ਬੇਨ॥
ਗੁਰ ਮਤਿ ਹਰਿ ਗੁਣ ਬੋਲਹੁ ਜੋਗੀ ਇਹੁ ਮਨੂਆ ਹਰਿ ਰੰਗਿ ਭੇਨ॥
ਜੋਗੀ ਹਰਿ ਦੇਹੁ ਮਤੀ ਉਪਦੇਸੁ॥
ਜੁਗੁ ਜੁਗੁ ਹਰਿ ਹਰਿ ਏਕੋ ਵਰਤੈ ਤਿਸੁ ਆਗੈ ਹਮ ਆਦੇਸੁ॥

(ਰਾਗ ਆਸਾ ਮ: ੪, ਪੰਨਾ ੩੬੮)

ਭਾਵ—ਹੇ ਜੋਗੀ, ਤੂੰ ਹੱਥਾਂ ਨਾਲ ਵਾਜਾ ਤੇ ਮੂੰਹ ਨਾਲ ਬੰਸਰੀ ਵਜਾਉਂਦਾ ਹੈਂ। ਇਹ ਸਭ ਦਿਖਾਵੇ ਦੇ ਕਰਤਬ ਹਨ। ਗੁਰੂ ਦੀ ਸਿੱਖਿਆ ਲੈ ਕੇ, ਪਰਮਾਤਮਾ ਦੇ ਗੁਣ ਗਾ ਤੇ ਮਨ ਨੂੰ ਉਸਦੇ ਪ੍ਰੇਮ ਵਿਚ ਰੰਗ ਲੈ। ਸੁਣਨ ਵਾਲਿਆਂ ਨੂੰ ਉਸ ਪਰਮਾਤਮਾ ਦੇ ਪ੍ਰੇਮ ਵਿਚ ਰੰਗੇ ਜਾਣ ਵਾਲੇ ਉਪਦੇਸ਼ ਕਰ, ਜਿਹੜਾ ਹਰ ਪਾਸੇ ਹਾਜ਼ਰ ਨਾਜ਼ਰ ਹੈ। ਸਾਡੀ ਵੀ ਉਸ ਪਰਮਾਤਮਾ ਨੂੰ ਨਮਸਕਾਰ ਹੈ।

ਜਦੋਂ ਜੋਗੀਆਂ ਨੇ ਆਪਣੇ ਪਾਜ ਖੁਲ੍ਹਦੇ ਦੇਖੇ ਤਾਂ ਉੱਠ ਕੇ ਚਲੇ ਗਏ।

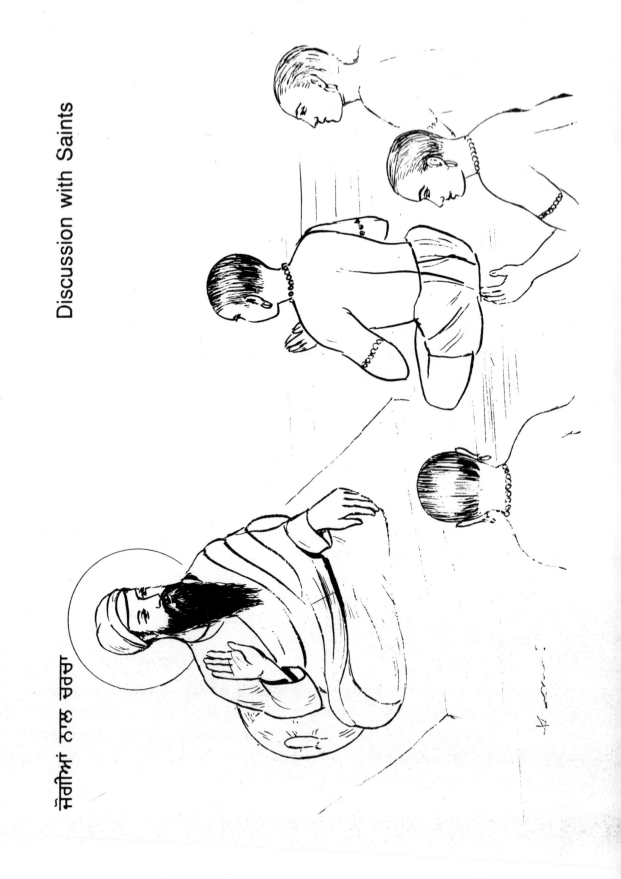

ਜੋਗੀਆਂ ਨਾਲ ਚਰਚਾ

Discussion with Saints

Discussion with Saints

At the time, when Guru Ram Dass was getting the construction of the holy pool at Amritsar done, a group of saints came to him. The Guru, respectfully, made them sit and asked them the purpose of their visit.

The leader of the saints said. "Respected Guru! Your Sikhs do not learn 'Ashat Yoga'. One cannot control the mind without the knowledge of Yoga. Self-realisation is not attained if the mind is not under control. The mind cannot concentrate on pious deeds unless it attains self-realisation. Salvation is not obtained without pious deeds. If your Sikhs do not attain salvation and remain shackled in the bondage of worldly things, what is the use of their becoming your Sikhs? Please dispel this doubt of ours."

The Guru replied, "God cannot be realised without compassion. Salvation cannot be attained without the realisation of God. As such we teach our Sikhs to love God. When the love of God takes root in the mind, one beholds God on all the sides in His creation. In this way, the Sikhs remain immersed in His love all the time which results in their realisation of the inner self. There is no dearth of His blessings if you love Him who is the Giver of everything. As such, the desire for worldly things leaves those who love God. All their troubles vanish. Ego is finished by self-realisation. Those Sikhs do not get entangled in love for wealth even while doing their worldly deeds."

The Guru asked them, "Why do those who have attained self-realisation through Yoga, live in the mountains or jungles? Why don't they show the way to get rid of the pains and sufferings to the people gone astray?" When the saints could not find an answer to this question of the Guru, he recited this verse :

> "O' Yogi, you play on a reed-instrument with your hands and a flute with your mouth.
> These are actions just for showing off.
> Get knowledge from the Guru, sing praises of God and immerse your mind in His thought.
> Impart to the people the teachings which make them to be one with Him who is Omnipresent.
> I also pay obeisance to that Supreme Being.
>
> *(Raag Asa M. 4, p. 368)*

When the Yogis saw their secrets being exposed, they rose and went away.

ਤਪੇ ਦਾ ਭਰਮ

Misapprehension of Ascetic

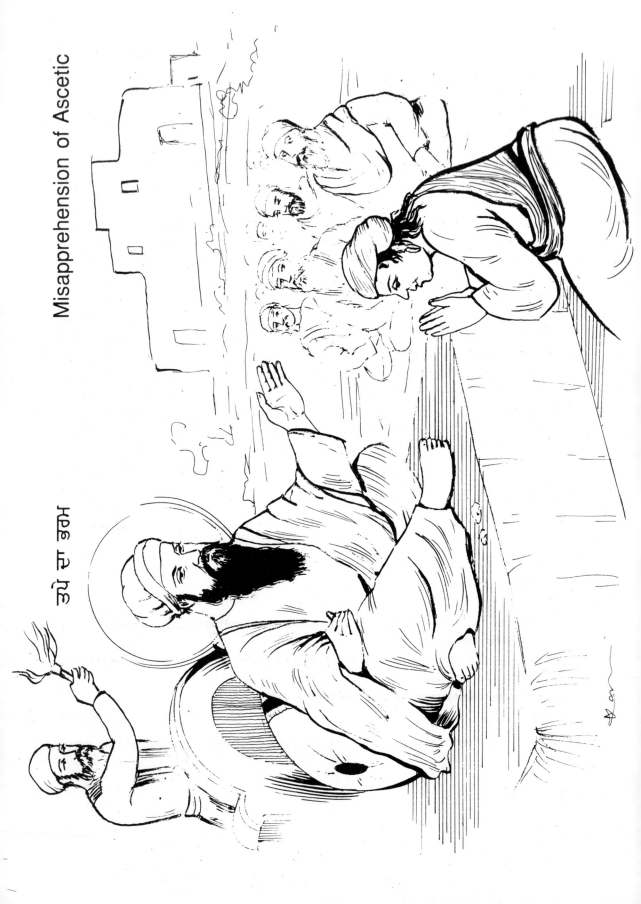

ਤਪੇ ਦਾ ਭਰਮ

ਇੱਕ ਤਪਾ, ਤੀਰਥਾਂ ਉੱਪਰ ਜਾਣ ਵਾਲੇ ਯਾਤਰੀਆਂ ਪਾਸੋਂ, ਗੁਰੂ ਰਾਮਦਾਸ ਜੀ ਦੀ ਸੋਭਾ ਸੁਣ ਕੇ ਅੰਮ੍ਰਿਤਸਰ ਗੁਰੂ ਜੀ ਪਾਸ ਆਇਆ। ਉਸ ਤਪੇ ਨੇ ਹਿੰਦੂ ਤੀਰਥਾਂ ਦੀ ਯਾਤਰਾ ਤੋਂ ਬਿਨਾਂ ਸਾਰੀ ਜ਼ਿੰਦਗੀ ਵਿਚ ਕੀਤਾ ਜਾਂ ਕਰਵਾਇਆ ਕੁਝ ਨਹੀਂ ਸੀ, ਜਿਸਦਾ ਲੁਕਾਈ ਨੂੰ ਕੋਈ ਲਾਭ ਹੋਇਆ ਹੋਵੇ। ਪੇਟ ਦੀ ਭੁੱਖ ਦੂਰ ਕਰਨ ਲਈ, ਉਹ ਕੋਈ ਚੰਗੀ ਵਸੋਂ ਵਾਲਾ ਪਿੰਡ ਦੇਖ ਕੇ, ਉਸਦੇ ਬਾਹਰ ਚੰਗੀ ਛਾਂ ਵਾਲਾ ਦਰੱਖ਼ਤ ਲਭ ਕੇ, ਉਸ ਥੱਲੇ ਆਪਣਾ ਡੇਰਾ ਲਗਾ ਲੈਂਦਾ ਸੀ। ਆਸੇ-ਪਾਸੇ ਤੋਂ ਕੁਝ ਸੁੱਕੀਆਂ ਲੱਕੜਾਂ ਇਕੱਠੀਆਂ ਕਰ ਕੇ ਧੂਣੀ ਲਗਾ ਕੇ ਬੈਠ ਜਾਂਦਾ ਸੀ। ਉਸ ਪਿੰਡ ਦੇ ਰਹਿਣ ਵਾਲਾ ਕੋਈ ਵੀ ਜਦ ਉਸ ਪਾਸੇ ਦੀ ਲੰਘਦਾ ਤਾਂ ਤਪੇ ਦੀ ਧੂਣੀ ਦਾ ਧੂੰਆਂ ਦੇਖ ਕੇ ਉਸ ਪਾਸ ਆ ਜਾਂਦਾ ਤੇ ਉਸਦੇ ਖਾਣ ਪੀਣ ਦਾ ਪ੍ਰਬੰਧ ਕਰ ਦਿੰਦਾ। ਤਪਾ ਪਿੰਡ ਵਾਲਿਆਂ ਨੂੰ ਇਧਰ-ਉਧਰ ਦੀਆਂ ਤੇ ਕੁਝ ਪੁਰਾਣਾਂ ਦੀਆਂ ਕਹਾਣੀਆਂ ਤੇ ਕੁਝ ਸੰਸਕ੍ਰਿਤ ਦੇ ਸਲੋਕ ਸੁਣਾ ਛਡਦਾ। ਪਿੰਡ ਵਾਲਿਆਂ ਨੂੰ ਲਗਦਾ ਜਿਵੇਂ ਉਹ ਤਪਾ ਉਨ੍ਹਾਂ ਸਾਰਿਆਂ ਉੱਪਰ ਬਹੁਤ ਵੱਡਾ ਉਪਕਾਰ ਕਰ ਰਿਹਾ ਹੋਵੇ। ਇਸ ਲਈ ਪਿੰਡ ਵਾਲੇ ਉਸਦੀ ਬੜੀ ਆਉ-ਭਗਤ ਕਰਦੇ।

ਗੁਰੂ ਜੀ ਨੇ ਉਸ ਤਪੇ ਨੂੰ ਪਾਸ ਬਿਠਾ ਕੇ ਪੁੱਛਿਆ, “ਦੱਸੋ, ਆਪ ਦਾ ਆਉਣਾ ਕਿਵੇਂ ਹੋਇਆ ?” ਉਸ ਨੇ ਕਿਹਾ, “ਗੁਰੂ ਜੀ, ਆਪ ਦੇ ਸਿੱਖ ਬਹੁਤ ਅਭਿਮਾਨੀ ਹਨ। ਤੀਰਥਾਂ ਦੀ ਯਾਤਰਾ ਨਹੀਂ ਕਰਦੇ, ਜਿਨ੍ਹਾਂ ਦੇ ਇਸ਼ਨਾਨ ਕਰਨ ਨਾਲ ਪਿਛਲੇ ਪਾਪਾਂ ਦੇ ਫਲ ਨਾਸ਼ ਹੋ ਜਾਂਦੇ ਹਨ ਤੇ ਅੱਗੇ ਸਵਰਗ ਮਿਲਦਾ ਹੈ।” ਗੁਰੂ ਜੀ ਨੇ ਉੱਤਰ ਦਿੱਤਾ, “ਸਿੱਖਾਂ ਲਈ ਸੰਗਤ ਕਰਨਾ ਤੀਰਥ-ਇਸ਼ਨਾਨ ਤੁਲ ਹੈ। ਤੀਰਥਾਂ ਉੱਪਰ ਜਿਹੜਾ ਗਿਆਨ ਪਹਿਲਾਂ ਮਹਾਂਪੁਰਸ਼ਾਂ ਪਾਸੋਂ ਮਿਲਦਾ ਸੀ, ਉਹ ਉਨ੍ਹਾਂ ਨੂੰ ਹੁਣ ਗੁਰੂ ਦੀ ਬਾਣੀ ਵਿੱਚੋਂ ਮਿਲ ਜਾਂਦਾ ਹੈ। ਪਰਮਾਤਮਾ ਦਾ ਗਿਆਨ ਪਾਪਾਂ ਦੇ ਫਲ ਨੂੰ ਨਾਸ਼ ਕਰ ਦਿੰਦਾ ਹੈ। ਸਿੱਖਾਂ ਨੂੰ ਸਵਰਗ ਦੇ ਸੁੱਖਾਂ ਦੀ ਲੋੜ ਨਹੀਂ ਕਿਉਂਕਿ ਦੁਨੀਆ ਦੇ ਦੁੱਖ ਸੁਖ ਮਨ ਦੀ ਕਲਪਣਾ ਹੈ, ਜਿਸਦਾ ਜਦੋਂ ਸਿੱਖਾਂ ਨੂੰ ਗਿਆਨ ਹੋ ਜਾਂਦਾ ਹੈ ਤਾਂ ਉਨ੍ਹਾਂ ਲਈ ਦੁੱਖ ਸੁਖ ਬਰਾਬਰ ਹੋ ਜਾਂਦੇ ਹਨ। ਦੁੱਖਾਂ ਤੋਂ ਉਹ ਫਿਰ ਭੱਜਦੇ ਨਹੀਂ ਤੇ ਸੁਖਾਂ ਲਈ ਉਹ ਕਲਪਦੇ ਨਹੀਂ।” ਤਪੇ ਨੇ ਕਿਹਾ, “ਸਿੱਖ ਆਪ ਤੋਂ ਬਿਨਾਂ ਕਿਸੇ ਹੋਰ ਨੂੰ ਮੱਥਾ ਨਹੀਂ ਟੇਕਦੇ।” ਗੁਰੂ ਜੀ ਨੇ ਉੱਤਰ ਦਿੱਤਾ, “ਸਿੱਖ ਗੁਰੂ-ਜੋਤ ਨੂੰ ਮੱਥਾ ਟੇਕਦੇ ਹਨ। ਮੇਰੇ ਪੰਜ-ਭੂਤਕ-ਸਰੀਰ ਨੂੰ ਸਿੱਖ ਮੱਥਾ ਨਹੀਂ ਟੇਕਦੇ। ਗੁਰੂ-ਜੋਤ ਸਾਰਿਆਂ ਸਿੱਖਾਂ ਦੇ ਮਨਾਂ ਦਾ ਹਨੇਰਾ ਦੂਰ ਕਰਨ ਵਾਲੀ ਹੈ।”

ਉਸ ਤਪੇ ਨੇ ਹੋਰ ਸਵਾਲ ਕੀਤਾ, “ਸਿੱਖਾਂ ਨੇ ਵੇਦਾਂ ਨੂੰ ਤਿਆਗ ਦਿੱਤਾ ਹੈ ਤੇ ਗੁਰੂ ਦੀ ਬਾਣੀ ਹੀ ਸਦਾ ਪੜ੍ਹਦੇ ਰਹਿੰਦੇ ਹਨ।” ਗੁਰੂ ਜੀ ਨੇ ਉੱਤਰ ਦਿੱਤਾ, “ਦੁੱਖਾਂ ਤਕਲੀਫ਼ਾਂ ਤੋਂ ਛੁਟਕਾਰਾ ਪਾਉਣ ਲਈ, ਬਾਣੀ ਸਿਰਫ਼ ਪੜ੍ਹੀ ਹੀ ਨਹੀਂ ਜਾਂਦੀ, ਸਗੋਂ ਉਹ ਸਮਝੀ ਜਾਂਦੀ ਹੈ। ਸਮਝ ਕੇ ਉਸ ਉਪਰ ਜੀਵਨ ਢਾਲਿਆ ਜਾਂਦਾ ਹੈ, ਤਦ ਇਸ ਦੁਨੀਆ ਵਿਚ ਰਹਿੰਦੇ ਹੋਏ, ਦੁੱਖ ਤਕਲੀਫ਼ਾਂ ਤੋਂ ਮੁਕਤੀ ਮਿਲ ਜਾਂਦੀ ਹੈ। ਵੇਦ ਸੰਸਕ੍ਰਿਤ ਵਿਚ ਲਿਖੇ ਹਨ, ਜਿਹੜੀ ਬੋਲੀ ਅੱਜ ਦੇ ਸਮੇਂ ਵਿਚ ਹਰ ਇੱਕ ਦੀ ਸਮਝ ਵਿਚ ਨਹੀਂ ਆ ਸਕਦੀ।”

ਤਪੇ ਨੇ ਗੁਰੂ ਜੀ ਦੇ ਬਚਨ ਸੁਣ ਕੇ, ਤਪਾ ਹੋਣ ਦਾ ਪਖੰਡ ਛੱਡ ਦਿੱਤਾ ਤੇ ਗੁਰੂ ਦਾ ਸਿੱਖ ਬਣ ਗਿਆ। ਜਿੱਥੇ ਪਹਿਲਾਂ ਲੋਕਾਂ ਪਾਸੋਂ ਸੇਵਾ ਕਰਵਾਉਂਦਾ ਸੀ, ਹੁਣ ਉਹ ਸੰਗਤ ਦੀ ਸੇਵਾ ਆਪਣੇ ਹੱਥੀਂ ਕਰਨ ਲੱਗ ਪਿਆ।

Misapprehension of Ascetic

An ascetic, on hearing the praise of Guru Ram Dass from pilgrims going to holy places, came to Amritsar. That ascetic had neither done himself nor had he got done from others, anything that had been of use to general public, except visiting Hindu holy places. To satisfy his hunger, he would find a village with good population, select a shady tree outside it and set his camp at that place. Collecting some dry wood from here and there he would light a fire and sit by its side. When anyone from the village passed that way he would come to the ascetic on seeing smoke from the fire and arrange for his food. The ascetic used to tell the villagers, tales from here and there, some Puranic tales and some Sanskrit verses. It appeared to the villagers that that ascetic was being very benevolent to them. As such the villagers offered him great hospitality.

The Guru seated that ascetic near him and asked, "Please tell me what has brought you here ?" He said, "Respected Guru ! Your Sikhs are very proud. They do not go on a pilgrimage to holy places. By bathing at which the wages of previous sins are destroyed and heaven is attained in the next world." The Guru replied, "Congregation is as good for the Sikhs as bathing at a holy place. The knowledge, one used to get at holy places from great men is gained by them from the Guru's word. The realisation of God destroys the wages of sins. The Sikhs have no use for the pleasures of heaven because the pains and pleasures of this world are mental illusions and when they come to realise this, pains and pleasures have no meaning for them. They, then, do not run away from the pains and do not pine for pleasures." The ascetic said, "Sikhs do not pay obeisance to anybody but you." The Guru replied, "The Sikhs pay obeisance to the light of knowledge represented by the Guru. They do not bow before my material body. The light inherent in the Guru dispels the darkness from the mind of every Sikh."

That ascetic put another question, "The Sikhs have forsaken the Vedas and keep on reciting the Guru's verses all the time." The Guru replied, "To get rid of pain and agony, the Bani (Guru's word) is not merely read, it is understood. Having understood it, life is moulded in accordance with it. It is then that one gets free of the pains and difficulties while living in this world. Vedas have been written in Sanskrit and this language is beyond the comprehension of common man in these days."

The ascetic gave up the hypocrisy of asceticism after listening to the Guru and became a Sikh. Where before he had people serve him, he started serving the devotees with his own hands.

ਨਿਮਰਤਾ ਦੀ ਹੱਦ

ਗੁਰੂ ਨਾਨਕ ਦੇਵ ਜੀ ਦੇ, ਗੁਰੂ ਅੰਗਦ ਦੇਵ ਜੀ ਨੂੰ ਗੁਰਗੱਦੀ ਦੀ ਜ਼ਿੰਮੇਵਾਰੀ ਸੌਂਪ ਦੇਣ ਉੱਪਰ, ਉਨ੍ਹਾਂ ਦੇ ਵੱਡੇ ਪੁੱਤਰ ਸ੍ਰੀ ਚੰਦ ਨੂੰ ਲੱਗਿਆ ਕਿ ਉਸ ਨਾਲ ਅਨਿਆਏ ਹੋਇਆ ਸੀ। ਉਸਨੇ ਸਾਰੀ ਉਮਰ ਗੁਰੂ ਅੰਗਦ ਦੇਵ ਜੀ ਦੇ ਵਿਰੁੱਧ ਪ੍ਰਚਾਰ ਕੀਤਾ। ਜਦੋਂ ਵੀ ਕੋਈ ਗੁਰੂ ਅੰਗਦ ਦੇਵ ਜੀ ਦਾ ਨਾਂ ਲੈਂਦਾ ਤਾਂ ਉਹ ਉਨ੍ਹਾਂ ਨੂੰ ਛੋਟੇ ਬਣਾਉਣ ਲਈ ਅੱਗੋਂ ਕਹਿੰਦਾ ਕਿ ਉਹ ਤਾਂ ਸਾਡੇ ਘਰ ਦਾ ਇੱਕ ਦਾਸ ਸੀ। ਜਦੋਂ ਬਾਬਾ ਸ੍ਰੀ ਚੰਦ ਨੇ ਗੁਰੂ ਰਾਮਦਾਸ ਜੀ ਦੀ ਲੋਕਾਂ ਪਾਸੋਂ ਬਹੁਤ ਉਪਮਾ ਸੁਣੀ ਤਾਂ ਉਹ ਆਪ ਅੰਮ੍ਰਿਤਸਰ ਗੁਰੂ ਜੀ ਦੇ ਦਰਸ਼ਨਾਂ ਲਈ ਆਏ। ਗੁਰੂ ਜੀ ਨੂੰ ਜਦੋਂ ਬਾਬਾ ਸ੍ਰੀ ਚੰਦ ਦੇ ਆਉਣ ਦਾ ਪਤਾ ਲੱਗਾ ਤਾਂ ਉਹ ਆਪ ਉਨ੍ਹਾਂ ਨੂੰ ਰਸਤੇ ਵਿੱਚੋਂ ਲੈਣ ਗਏ। ਗੁਰੂ ਜੀ ਨੇ ਸਤਿਕਾਰ ਨਾਲ ਬਾਬਾ ਸ੍ਰੀ ਚੰਦ ਨੂੰ ਨਾਲ ਲਿਆ ਕੇ ਆਪਣੇ ਨਾਲ ਦੀਵਾਨ ਵਿਚ ਬਿਠਾ ਲਿਆ। ਬਾਬਾ ਸ੍ਰੀ ਚੰਦ ਨੇ ਗੁਰੂ ਜੀ ਦੀ ਲੰਮੀ ਦਾਹੜੀ ਦੇਖ ਕੇ ਪੁੱਛਿਆ, "ਇਹ ਇਤਨਾ ਲੰਮਾ ਦਾਹੜਾ ਕਿਸ ਲਈ ਵਧਾਇਆ ਹੈ ?" ਗੁਰੂ ਜੀ ਨੇ ਅੱਗੋਂ ਉੱਤਰ ਦਿੱਤਾ, "ਆਪ ਵਰਗੇ ਮਹਾਂਪੁਰਸ਼ਾਂ ਦੀ ਚਰਨ-ਧੂੜ ਝਾੜਨ ਲਈ।" ਗੁਰੂ ਜੀ ਇਹ ਆਖ ਕੇ, ਸਾਰੀ ਸੰਗਤ ਦੇ ਸਾਹਮਣੇ ਆਪਣੀ ਦਾਹੜੀ ਨਾਲ ਉਨ੍ਹਾਂ ਦੇ ਪੈਰ ਸਾਫ਼ ਕਰਨ ਲੱਗ ਪਏ। ਬਾਬਾ ਸ੍ਰੀ ਚੰਦ ਨੇ ਗੁਰੂ ਜੀ ਨੂੰ ਇਸ ਤਰ੍ਹਾਂ ਕਰਦੇ ਦੇਖ ਕੇ ਕਿਹਾ, "ਇਹ ਨਿਮਰਤਾ ਹੀ ਹੈ ਜਿਸਨੇ ਆਪ ਨੂੰ ਗੁਰਗੱਦੀ ਦੇ ਯੋਗ ਬਣਾਇਆ।"

1581 ਈਸਵੀ ਵਿਚ ਗੁਰੂ ਰਾਮਦਾਸ ਜੀ ਨੂੰ, ਉਨ੍ਹਾਂ ਦੇ ਤਾਏ ਦੇ ਪੁੱਤਰ ਸਿਹਾਰੀ ਮੱਲ ਜੀ, ਲਾਹੌਰ ਤੋਂ ਆਪਣੇ ਲੜਕੇ ਦੀ ਸ਼ਾਦੀ ਵਿਚ ਸ਼ਾਮਲ ਹੋਣ ਲਈ ਸੱਦਾ ਦੇਣ ਆਏ। ਗੁਰੂ ਜੀ ਨੇ ਸ਼ਾਦੀ ਉੱਪਰ ਜਾਣ ਲਈ ਵਾਰੀ ਵਾਰੀ ਆਪਣੇ ਪੁੱਤਰਾਂ ਨੂੰ ਪੁੱਛਿਆ। ਵੱਡੇ ਦੋਹਾਂ ਪੁੱਤਰਾਂ ਦੇ ਜਵਾਬ ਦੇਣ ਉਪਰੰਤ ਛੋਟੇ ਪੁੱਤਰ ਸ੍ਰੀ ਅਰਜਨ ਦੇਵ ਜੀ ਨੂੰ ਪੁੱਛਿਆ। ਉਨ੍ਹਾਂ ਬਿਨਾਂ ਕਿਸੇ ਨਾਂਹ-ਨੁਕਰ ਤੋਂ ਜਾਣ ਲਈ ਹਾਂ ਕਰ ਦਿੱਤੀ। ਜਦੋਂ ਸ੍ਰੀ ਅਰਜਨ ਦੇਵ ਜੀ ਲਾਹੌਰ ਨੂੰ ਜਾਣ ਲੱਗੇ ਤਾਂ ਗੁਰੂ ਜੀ ਨੇ ਉਨ੍ਹਾਂ ਨੂੰ ਕਿਹਾ, "ਤੁਸੀਂ ਲਾਹੌਰ ਹੀ ਰਹਿਣਾ, ਜਦ ਤਕ ਅਸੀਂ ਬੁਲਾਉਂਦੇ ਨਹੀਂ।" ਸ੍ਰੀ ਅਰਜਨ ਦੇਵ ਜੀ ਨੂੰ ਜਦੋਂ ਲਾਹੌਰ ਆਏ ਕਾਫ਼ੀ ਸਮਾਂ ਹੋ ਗਿਆ ਤੇ ਕੋਈ ਸੁਨੇਹਾ ਨਾ ਪੁੱਜਿਆ ਤਾਂ ਉਨ੍ਹਾਂ ਨੇ ਵਾਰੀ ਵਾਰੀ ਤਿੰਨ ਪੱਤਰ ਲਿਖੇ। ਉਨ੍ਹਾਂ ਦੇ ਪਹਿਲੇ ਦੋ ਪੱਤਰ, ਉਨ੍ਹਾਂ ਦੇ ਵੱਡੇ ਭਾਈ ਪ੍ਰਿਥੀ ਚੰਦ ਨੇ ਲਾਹੌਰ ਤੋਂ ਆਉਣ ਵਾਲੇ ਸਿੱਖ ਪਾਸੋਂ ਲੈ ਕੇ ਸੰਭਾਲ ਲਏ। ਸ੍ਰੀ ਅਰਜਨ ਦੇਵ ਜੀ ਦੇ ਹੁਕਮ ਅਨੁਸਾਰ ਤੀਜਾ ਪੱਤਰ ਲਾਹੌਰ ਤੋਂ ਆਏ ਸਿੱਖ ਨੇ ਗੁਰੂ ਜੀ ਨੂੰ ਹੀ ਦਿੱਤਾ। ਗੁਰੂ ਜੀ ਨੇ ਤੀਜਾ ਪੱਤਰ ਮਿਲਣ ਉੱਪਰ ਪਹਿਲੇ ਦੋ ਪੱਤਰਾਂ ਬਾਰੇ ਪ੍ਰਿਥੀ ਚੰਦ ਨੂੰ ਪੁੱਛਿਆ ਤਾਂ ਉਹ ਮੁੱਕਰ ਗਿਆ। ਪ੍ਰਿਥੀ ਚੰਦ ਦੇ ਘਰ ਦੀ ਤਲਾਸ਼ੀ ਲੈਣ ਉਪਰ ਦੋਵੇਂ ਪੱਤਰ ਮਿਲ ਗਏ। ਦੀਵਾਨ ਵਿਚ ਬੈਠੀ ਸੰਗਤ ਨੇ ਦੇਖ ਲਿਆ ਕਿ ਪ੍ਰਿਥੀ ਚੰਦ ਗੁਰਗੱਦੀ ਹਾਸਲ ਕਰਨ ਲਈ ਗੁਰੂ ਜੀ ਨਾਲ ਵੀ ਧੋਖੇ ਕਰ ਰਿਹਾ ਸੀ।

ਗੁਰੂ ਜੀ ਨੇ ਬਾਬਾ ਬੁੱਢਾ ਜੀ ਨਾਲ ਪੰਜ ਸਿੱਖ ਭੇਜ ਕੇ ਸ੍ਰੀ ਅਰਜਨ ਦੇਵ ਜੀ ਨੂੰ ਲਾਹੌਰ ਤੋਂ ਬੁਲਵਾ ਕੇ, 28 ਅਗਸਤ, 1581 ਈਸਵੀ ਨੂੰ ਗੁਰਗੱਦੀ ਦੀ ਜ਼ਿੰਮੇਵਾਰੀ ਸੌਂਪ ਦਿੱਤੀ। ਗੁਰਗੱਦੀ ਸ੍ਰੀ ਅਰਜਨ ਦੇਵ ਜੀ ਨੂੰ ਦੇਣ ਉੱਪਰ, ਪ੍ਰਿਥੀ ਚੰਦ ਨੇ ਆਪਣੇ ਪਿਤਾ ਗੁਰੂ ਰਾਮਦਾਸ ਜੀ ਨਾਲ ਬਹੁਤ ਝਗੜਾ ਕੀਤਾ। ਗੁਰੂ ਰਾਮਦਾਸ ਜੀ ਨੇ ਉਸਨੂੰ ਬਹੁਤ ਸਮਝਾਇਆ ਪਰ ਉਸ ਉੱਪਰ ਕੋਈ ਅਸਰ ਨਾ ਹੋਇਆ। ਗੁਰੂ ਰਾਮਦਾਸ ਜੀ ਸਾਰੇ ਪਰਵਾਰ ਨੂੰ ਨਾਲ ਲੈ ਕੇ ਗੋਇੰਦਵਾਲ ਚਲੇ ਗਏ। ਪ੍ਰਿਥੀ ਚੰਦ ਅੰਮ੍ਰਿਤਸਰ ਹੀ ਰਿਹਾ। 1 ਸਤੰਬਰ, 1581 ਈਸਵੀ ਨੂੰ ਗੁਰੂ ਰਾਮਦਾਸ ਜੀ ਜੋਤੀ ਜੋਤਿ ਸਮਾ ਗਏ।

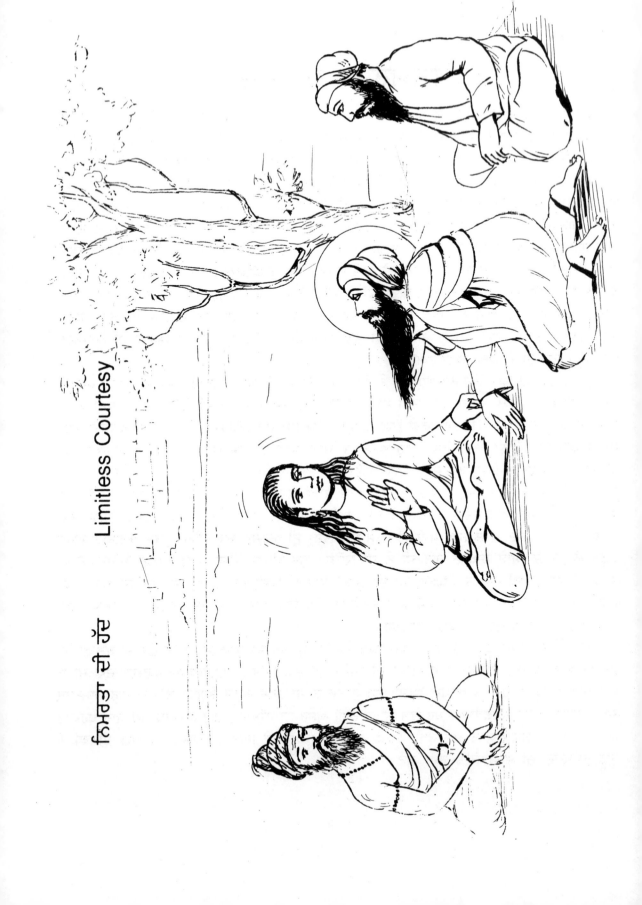

ਨਿਮਰਤਾ ਦੀ ਹੱਦ Limitless Courtesy

Limitless Courtesy

When Guru Nanak Dev entrusted the responsibility of Guruship to Guru Angad Dev, his elder son, Sri Chand, felt that injustice had been done to him. He preached all his life against Guru Angad Dev. Whenever anyone spoke about Guru Angad Dev, he, to defame, would say that he was only a servant of their household. When Baba Sri Chand heard praise of Guru Ram Dass from the people, he came to Amritsar for an audience with the Guru. The Guru came to know of the arrival of Baba Sri Chand, he rose and went to receive him on the way. With great respect, the Guru took Baba Sri Chand with him and seated him in the congregation beside him. Baba Sri Chand saw the long beard of the Guru and asked, "Why have you grown such a long beard ?" The Guru replied, "It is to wipe the dust of the feet of great men like you." Saying this, the Guru started wiping the dust from his feet with his beard in full view of the congregation. On seeing the Guru doing this, Baba Sri Chand said, "It is this humility which has made you worthy of Guruship."

In 1581 A.D., Sihari Mall, a cousin, came from Lahore to invite Guru Ram Dass to attend the wedding of his son. The Guru asked his sons, one by one, to go to attend the marriage. When the elder two sons refused, he asked his youngest son Sri Arjan Dev. He agreed, without any hesitation, to go. When Sri Arjan Dev started for Lahore, the Guru said to him, "You should stay at Lahore untill I call you." When a long time elapsed and no message was received, Sri Arjan Dev wrote three letters one after the other. His first two letters were taken from the Sikh who had brought those from Lahore, by his eldest brother, Prithi Chand and were kept by him. As ordered by Sri Arjan Dev, the Sikh coming from Lahore handed over the third letter to the Guru himself. On receiving the third letter, the Guru asked Prithi Chand about the first two letters but he denied having any knowledge about them. On search of Prithi Chand's house, both the letters were found. The devotees sitting in the congregation saw that Prithi Chand was deceiving even the Guru, to obtain Guruship.

The Guru sent five Sikhs alongwith Baba Budha to recall Sri Arjan Dev from Lahore and entrusted the responsibility of Guruship to him on the 28th August, 1581 A.D. Prithi Chand had bitter arguments with his father, Guru Ram Dass, on his entrusting Guruship to Sri Arjan Dev. The Guru explained to him patiently but it had no effect on him. Guru Ram Dass moved alongwith the whole family to Goindwal. Prithi Chand stayed at Amritsar. Guru Ram Dass merged into the Eternal light on the 1st September, 1581 A.D.